ரைட் சகோதரர்கள்

குகன்

We Can Books

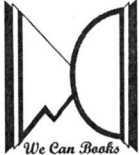

ரைட் சகோதரர்கள்

குகன்©

முதற்பதிப்பு: டிசம்பர் 2023

புத்தக வடிவமைப்பு: சந்தோஷ் கொளஞ்சி

வி கேன் புக்ஸ் வெளியீட்டு எண்: 27

WE CAN BOOKS (Imprint of WE CAN SHOPPING)

OFFICE
3A, Dr.Ram Street, Nelvayal Nagar,
Perambur, Chennai - 600 011
Cell: 9003267399

SHOW ROOM
Flat No: 3 (Ground Floor)
Meenakshi Sundaram Flats
Old Door no: 11, New Door no: 33
Sivaji Street, T.Nagar, Chennai - 600 017
Cell: 9940448599
E-Mail: wecanshopping@gmail.com
Website: www.wecanshopping.com

ISBN: 978-81-962080-8-0

பக்கங்கள்: 64
விலை ரூ. 70

உள்ளே

1. நல்லதொரு குடும்பம் — 5
2. பள்ளிக்கூடம் — 10
3. பாச மலர் — 14
4. வியாபாரி — 18
5. பட்டம் பறக்கட்டும் — 22
6. முதல் பரிசோதனை — 27
7. வெற்றி மேல் வெற்றி — 32
8. எங்கே செல்லும் இந்தப் பாதை? — 37
9. அமெரிக்க இராணுவம் — 42
10. சகோதரரின் மறைவு — 46
11. ரைட் கம்பெனி — 54

1. நல்லதொரு குடும்பம்

மில்டன் என்ற பாதிரியார் ஊர் ஊராகச் சுற்றிக் கிறிஸ்த்துவ மதத்தைப் பரப்பிக் கொண்டிருந்தார். அவர் ஊரிலிருந்து திரும்பி வரும்போது தன் குழந்தைகளுக்கு விளையாட்டு பொருட்கள் வாங்கி வந்தார். விளையாட்டு சாமான்களைப் பார்த்ததும் அவரது குழந்தைகளின் மகிழ்ச்சிக்கு எல்லையே இல்லை. அவரின் ஐந்து குழந்தைகளும் அவரை வட்டமிட்டுக் கொண்டனர். அதில் நான்கு ஆண் குழந்தைகள். ஒன்று மட்டும் பெண் குழந்தை.

நான்கு ஆண் குழந்தைகளில் இருவர் மட்டும் மிகவும் ஆர்வமாகத் தந்தை கொண்டுவந்த பொருட்கள் மீது கண் வைத்துப் பார்த்து கொண்டிருந்தனர். மில்டன் தான் வாங்கிய பொருட்களைத் தன் குழந்தைகளுக்குக் கொடுத்தார்.

தன் குழந்தை எல்லோரும் சேர்ந்து விளையாட ஒரு விளையாட்டு பொம்மையைத் தன் பையில் இருந்து எடுத்தார். அது வித்தியாசமான கருவி போல் இருந்தது. அந்தப் பொம்மை பிரான்ஸ் நாட்டைச் சேர்ந்த ஒரு இளைஞன் செய்தது. அப்பொம்மை மூங்கில், தக்கை, காகித அட்டைகளால் செய்யப்பட்டிருந்தது. ரப்பர் வளையத்தில் இணைக்கப்பட்டிருந்த சுழல் விசிறி மூலம் அது வீட்டின் உட்கூரை வரை பறந்து செல்லக்கூடியதாக இருந்தது. தன் குழந்தைகளுக்குக் கொடுக்கும்போது அந்த விளையாட்டு பொம்மையின் பெயர் ‘ஹெலிகாப்டர்’ என்று சொல்லி கொடுத்தார். அதை இருவர் மட்டும் ஆர்வமாக வாங்கினர்.

மில்டன் குழந்தைகளிடம் கொடுக்கும் போது “இந்தப் பொம்மை பறக்கும்” என்றார்.

அப்பா பொய் சொல்கிறார் என்று எண்ணி குழந்தைகள் சிரித்தனர். தன் குழந்தைகளுக்கு முன் ஹெலிகாப்டர் பொம்மையைப் பறக்க வைத்துக் காட்டினார். பறக்கும் ஹெலிகாப்டரைப் பார்த்ததும் குழந்தைகள் சந்தோஷத்தில் துள்ளிக் குதித்தனர்.

நான்கு குழந்தைகளில் அந்த இருவர் மட்டும் எப்போதும் அந்த ஹெலிகாப்டர் பொம்மையை வைத்து விளையாடுவார்கள். பசி, தூக்கம் எல்லாவற்றிக்கும் மேலாக அந்த சிறுவர்கள் பொம்மையை மிகவும் நேசித்தனர். அந்த பொம்மை பறக்கும் போது சந்தோஷத்தில் துள்ளி குதித்தனர்.

அந்த ஹெலிகாப்டர் பொம்மையை வைத்துத் தினமும் விளையாடினார்கள். ஒருமுறை அந்த ஹெலிகாப்டர் பொம்மை பறக்கும்போது சுவரில் மோதி உடைந்து விடுகிறது. இதைப் பார்த்ததும் இளையவன் மனமுடைந்து அழுதான். அவனைச் சமாதானம் செய்ய மற்றொருவன் ஹெலிகாப்டரைச் சரி செய்ய முயற்சி செய்கிறான். அவன் செய்வதைப் பார்த்து இளையவன் அவனுக்கு உதவியாக ஹெலிகாப்டரைச் சரி செய்ய வருகிறான். இருவரும் சேர்ந்து அந்த ஹெலிகாப்டரைச் சரி செய்து மீண்டும் வானத்தில் செலுத்திச் சந்தோஷமாகப் பார்த்து ரசித்தனர். அந்த ஆர்வம்தான் அவர்களைப் பறவைகளோடு பயணம்

செய்யும் இயந்திரமான விமானத்தைக் கண்டுபிடிக்கத் தூண்டியது. அந்தப் பொம்மைவிடப் பெரிதாக ஒன்றை செய்ய வேண்டும் என்ற எண்ணம் சிறுவயதிலேயே இருவர் மனதில் விதையாக அமைந்தது.

பல சோதனைகளுக்குப் பின் தங்கள் பரிசோதனையில் வெற்றி பெற்றார்கள் அந்தச் சகோதரர்கள். அவர்கள்தான் ஆர்வில் ரைட் — வில்பர் ரைட் என்று அழைக்கப்பட்ட 'ரைட் சகோதரர்கள்'. இன்றைய விமான வளர்ச்சியில் கல்வெட்டுப் போல் பொறிக்கப்பட்ட பெயர்தான் 'ரைட் சகோதரர்கள்'.

எந்த ஒரு அறிவியல் அறிஞர்கள் பற்றி நாம் சொல்லும் போது அவர்கள் சுபாவங்கள், குணங்கள், ஆராய்ச்சிக்காகச் செய்த பரிசோதனைகள் என்று தனி தனியேதான் சொல்வார்கள். ஆனால், விமானம் கண்டு பிடித்த ரைட் சகோதரர்கள் பற்றிச் சொல்லும் போது அப்படிச் சொல்ல முடியாது. ஏனென்றால், இவர்கள் இருவர். ஒருவர் பற்றி மிகையாகவும், இன்னொருவரை குறைவாகவும் சொல்ல முடியாது. இந்த இரண்டு பேர் இல்லை என்றால் விமானமில்லை. ஒருவரைப் பிரித்து ஒருவரை நம்மால் பார்க்க முடியாது. தமிழில் இரட்டை கிழவி சொற்கள் என்று நாம் கூறுவது போல் அவர்கள் வாழ்க்கையும் அப்படிதான். இருவரின் வாழ்க்கையையும் நாம் தனியாகப் பார்க்க முடியாது.

*

ரைட் சகோதரர்ளின் மூத்தவரின் பெயர் வில்பர் ரைட். இளையவரின் பெயர் ஆர்வில் ரைட். இவர்களைத் தவிர அவர்கள் பெற்றோர்க்கு ஐந்து குழந்தைகள் பிறந்தன. ரைட் சகோதரர்களின் தந்தையின் பெயர் மில்டன் ரைட். நவம்பர் 17, 1828ஆம் ஆண்டு பிறந்த இவர் திருச்சபை பாதிரியராகப் பணியாற்றி வந்தார். ரைட் சகோதரர்களின் தாயின் பெயர்

சுசன். ரைட் சகோதரர்களின் பெற்றோர் காதலித்துத் திருமணம் செய்து கொண்டவர்கள்.

1853 ஆம் ஆண்டு, மில்டன் ரைட் ஹர்ஸ்வில் என்ற கல்லூரியின் மேற்பார்வையாளராக நியமிக்கப்பட்டிருந்தார். அதே கல்லூரியில், சுசன் அவர்கள் பயிற்சி ஆசிரியராகப் பணியாற்றி வந்தார். சுசனின் பழக்க வழக்கங்களைப் பார்த்து மில்டன் ரைட் சுசனைக் காதலித்தார். தன் காதலைச் சுசனிடம் சொல்லித் தனக்கு வாழ்க்கை துணையாக வர வேண்டும் என்று விருப்பத்தைக் கூறினார். முதலில் மில்டன் சுசனிடம் தன் காதலைச் சொல்லும்போது ஏற்றுக் கொள்ளவில்லை. எல்லாப் பெண்களுக்கும் இருக்கும் அச்சம் சுசனுக்கும் இருந்தது. அதன் பிறகு, நாளடைவில் சுசனும் மில்டனைக் காதலிக்கத் தொடங்கினார். இருவரும் *1859* ஆம் ஆண்டு திருமணம் செய்து கொண்டனர். அப்போது மில்டனுக்கு வயது முப்பத்தி ஒன்று. சுசனுக்கு இருபத்தியெட்டு.

இவர்களின் அமைதியான திருமண வாழ்க்கைக்குப் பரிசாக எழு குழந்தைகள் பிறந்தன. முதல் மகன் ருச்லின் *1861* ஆம் ஆண்டு பிறந்தார். இரண்டாவது மகன் லோரின் *1862* ஆம் ஆண்டு பிறந்தார். மூன்றவதாகப் பிறந்தவர்தான் வில்பர் ரைட். அவர் *1867* ஆம் ஆண்டு பிறந்தார்.

1871 ஆம் ஆண்டு, மில்டனும், சுசன் தங்கள் குடும்பத்துடன் ஒகியோ இருக்கும் டேடன் என்னும் இடத்தில் குடிப் புகுந்தனர். அங்கு அவர்களுக்கு ஒடில் மற்றும் இடா என்ற இரட்டை குழந்தைகள் பிறந்தன. ஆனால்,துரதிஷ்ட வசமாக அந்த இரண்டு குழந்தைகளும் இறந்துவிட்டன. தங்களுக்குப் பிறந்த முதல் பெண் குழந்தை இறந்ததால் இருவருக்கும் வருத்தமாகவே இருந்தது. அடுத்து அந்த தம்பதியர்களுக்கு அதே ஆண்டில் இன்னொரு குழந்தை பிறந்தது. அவர்தான் ஆர்வில். அதுவரை அந்தத் தம்பதியர்களுக்கு ஆண் குழந்தைகள் மட்டுமே பிறந்தனர். இதற்கு முன் பிறந்த

பெண் குழந்தையும் இறந்துவிட்டது. இச்சமயத்தில், கடைக்குட்டியாக 1874 ஆம் ஆண்டு கத்திரின் ரைட் பிறந்தார். மில்டன் ரைட்க்குப் பிறந்த மகள்களின் இவள்தான் உடல் நலத்துடன் நீண்ட நாட்கள் வாழ்ந்தாள்.

திருச்சபை வேலைகளின் நடுவிலும் மில்டன் தன் குழந்தைகள் விளையாடப் பொம்மைகள் வாங்கி வருவார். அப்படி ஒரு சமயத்தில் மில்டன் தன் குழந்தைகளுக்கு விளையாட ஹெலிகாப்டர் வாங்கி வந்தார். ஆர்விலுக்கும், வில்பருக்கும் அந்த ஹெலிகாப்டர் பொம்மை மிகவும் பிடித்திருந்தது. அது உடையும் வரைக்கும் வைத்து விளையாடினார்கள். ஒரு சமயம், அந்த ஹெலிகாப்டரை விளையாடும் போது உடைந்து விடுகிறது. அப்போது ஆர்விலும், வில்பரும் அந்த ஹெலிகாப்டரைச் சரி செய்து மீண்டும் விளையாடினார்கள்.

விமானத்தைக் கண்டுபிடிக்க இந்தச் சம்பவம் விதையாக அமைந்தது. அந்த இரண்டு பிஞ்சு மனதில் பறக்கும் இயந்திரத்தைப் பற்றிய எண்ணமும் வளரத் தொடங்கியது.

2. பள்ளிக்கூடம்

மில்டன் ஊர் ஊராகச் சென்று கிறிஸ்த்துவ மதத்தைப் பரப்பும் பாதிரியராக இருந்தார். பல சமயங்களில் சுசனையும், தன் குழந்தைகளையும் வீட்டில் தனியாக விட்டுச் செல்வார். வில்பர் பிறக்கும்போது மில்டன் ரைட் தன் குடும்பத்துடன் இண்டியானா நகரத்தில் இருந்தார். ஆர்வில் பிறக்கும் போது அவர்கள் ஒஹியோ நகரத்தில் இருந்தார்கள்.

மில்டன் ரைட் தன் வேலை விஷயமாக ஊர் மாறிக் கொண்டே இருந்ததால் அவரின் குழந்தைகளை நிலையான ஒரு பள்ளியில் படிக்க வைக்க முடியவில்லை.

வில்பர் பள்ளியில் படிக்கும்போது அவருக்குப் பிடித்த பாடம் கணிதம். வில்பர் கணிதத்தில் காட்டிய ஈடுபாட்டைச் சரித்திரப் பாடங்களிலும், மற்ற பாடங்களிலும் காட்டவில்லை. சுசன் ஆசிரியர் என்பதால், வில்பருக்கு படிப்புச் சொல்லி தருவதில் பெரிய சிரமாகத் தெரியவில்லை. வில்பர் கேட்கும் கேள்விகளுக்குத் தன்னால் முயன்றவரை பதில் அளித்து அவர் சந்தேகங்களை நிவர்த்திச் செய்வார்.

வில்பர் உயர்நிலைப் படிப்பு முடித்த நிலையில் அவரது குடும்பம் இண்டியானா நகரத்தில் இருந்து டேடன் நகரத்திற்கு வந்தார்கள். இதனால், அவர் உயர்நிலைப் படிப்பு முடித்த சான்றிதழை வாங்க முடியவில்லை.

வில்பர் பாடத்தில் எந்தளவு விரும்பிப் படிப்பாரோ, அதே அளவில் விளையாட்டிலும் ஆர்வம் காட்டுவார். அதுவும் ஐஸ் ஹாக்கி விளையாட்டு என்றால் வில்பருக்கு மிகவும் பிடிக்கும். மாலையானதும் தன் நண்பர்களுடன் ஐஸ் ஹாக்கி விளையாடுவார். எந்த விளையாட்டை அவர் மிகவும் விரும்பி விளையாடினாரோ அதுவே அவருக்குத் தீங்காய் முடிந்தது.

ஒருமுறை தன் நண்பர்களுடன் ஐஸ் ஹாக்கித் தீவிரமாக விளையாடிக் கொண்டிருந்தார். விளையாட்டு பரப்பரபாகச் சூடு பிடித்துக் கொண்டிருந்தது. இரு தரப்பு அணிகளும் முழு மூச்சோடு விளையாடிக் கொண்டிருந்தார்கள். ஹாக்கி பந்தை இரு அணிகளும் விளாசித் தள்ளி விளையாடினர். அந்தச் சமயத்தில் எதிரணியில் சேர்ந்த ஒருவன் அவன் மட்டையால் பந்தை ஓங்கி அடித்தான். பந்து உருண்டோடியது. ஆனால், அவன் அடிக்க ஓங்கிய மட்டைப் பக்கத்தில் நின்றியிருந்த வில்பரின் வாயிற் பட்டு இரத்தம் 'குபு... குபு' என்று வழிந்தோடியது. வில்பர் முன் பக்கத்தில் இருந்த பற்கள் கழன்று விழுந்தன. வில்பர் வாயைத் துணியால் மூடி அவரின் நண்பர்கள் தூக்கிக்கொண்டு மருத்துவமனைக்குச் சென்றனர்.

வில்பரைப் படுக்கவைத்து டாக்டர் அவர் பற்களைப் பரிசோதித்துப் பார்த்தார். அவர் வாயில் மருந்தை ஊற்றினார். சிறிது நேரம் கலித்து இரத்தம் நிற்கும் என்று எதிர்பார்த்தனர். ஆனால், அவர் வாயில் இருந்த பற்கள் ஆழுகத் தொடங்கின. அதனால், மேலும் இரண்டு பற்கள் எடுக்கவேண்டிய நிலை ஏற்பட்டது. பல நாட்கள் வில்பர் படுக்கையிலே இருந்தார். உணவு உண்ண மிகவும் சிரமப்பட்டார். அவர் உடல்நிலை மேலும் பலவீனமானது. அரோக்கியமான உணவு உண்ணாமல் இருந்ததால் சில சமயம் மயக்கம் போட்டு விழுவார். இதனால், வில்பர் வீட்டில் தங்கி இருக்க வேண்டிய நிலை ஏற்பட்டது.

வில்பர் நிலைமை இப்படி என்றால் ஆர்வில் கதை வேறு மாதிரி இருந்தது. வில்பரை போல் ஆர்விலுக்குப் படிப்பில் ஒன்றும் ஆர்வம் கிடையாது. கடைக்குட்டி மகன் என்பதால் வீட்டில் எல்லோருடைய செல்லம் 'ஆர்வில்'தான். அதனாலையே அவரை வீட்டில் யாரும் அடிக்கவோ, அதட்டவோ மாட்டார்கள்.

ஒருமுறை சுசன் ரைட் ஆர்விலைப் பார்க்கப் பள்ளிக்குச் சென்றார். அப்போது பள்ளி ஆசிரியரை விசாரித்த போது ஆர்வில் பள்ளிக்குச் சரியாக வருவதில்லை என்று கூறினர். பல நாட்கள் ஆர்வில் பள்ளிக்கு வருவதில்லை என்ற உண்மை அப்போதுதான் சுசனுக்குத் தெரிந்தது. ஆர்வில் பள்ளிக்குச் செல்லாமல் தன் நண்பர் வீட்டில் தங்கி விடுவார். பள்ளி முடியும் நேரத்தில் சரியாக வீட்டுக்கு வந்து விடுவார். ஆசிரியர் மகனாக இருந்துகொண்டு படிப்பில் ஆர்வம் காட்டமால் இருந்தது அவர் பெற்றொருக்கு வேதனையாக இருந்தது. அதுவும் ஆர்வில் பள்ளிக்குப் போகாமல் வீட்டை ஏமாற்றியது சுசனுக்கு வருத்தத்தைத் தந்தது.

ஆர்வில் பள்ளிக்குச் சரியாகப் போகாததால் அவரைப் பள்ளியில் இருந்து நீக்கினர். உயர்நிலை வகுப்புகூட ஆர்வில் செல்லவில்லை. வில்பர் ரைடும், ஆர்வில் ரைடும் வீட்டில் இருந்தனர். இந்த நிலையில் சுசனுக்குக் கடும் காச நோய் வந்து தாக்கியது. அவரால் எந்த வேலையும் செய்ய முடியவில்லை. மேலும் தனது இரண்டு மகன்களும் குறித்துத் தீராத கவலை. மில்டனும் அடிக்கடி வெளியூர் செல்ல

வேண்டிய கட்டாயத்தில் இருப்பார். இந்த நேரத்தில்தான் வில்பர் தன் அம்மாவுக்கு மிகவும் துணையாக இருந்தார்.

வில்பர் வீட்டிலேயே இருந்தாலும் படிப்பில் இருக்கும் ஆர்வம் குறையவில்லை. அம்மாவைப் பார்த்துக் கொள்ளும் நேரத்தைத் தவிர, கிடைத்த மற்றப் பொழுதை எல்லாம் படிக்கச் செலவிடுவார். தன் தந்தை நூலகத்தில் இருக்கும் புத்தகங்களை எடுத்துப் படிப்பார். மத சம்மந்தமான கேள்விகளுக்குப் பதில் அளிக்கும் பொருப்பில் மில்டன் ரைட் இருந்ததால் வில்பர் அவருக்கு உதவியாக இருந்தார். தன் தந்தை சொல்லும் வேலைகளைச் செய்வார்.

உயர்நிலைப் படிப்பின் சான்றிதழை வில்பர் வாங்கவில்லை. ஆர்விலை பள்ளியில் இருந்து விரட்டி விட்டனர். இன்னும் எத்தனை நாட்கள்தான் வீட்டில் இருக்கும் வேலைகள் மட்டும் செய்வது. பணம் சம்பாதிக்க ஏதேனும் ஒரு வேலை செய்தாக வேண்டும் என்ற நிலையில் இருந்தனர். இருவரும் தந்தைக்கு உதவியாக அவர் நடத்தும் பத்திரிகைக்குப் பேப்பர் மடித்துக் கொண்டு இருந்தனர்.

மில்டன் ரைட் பாதிரியராக மட்டும் இருக்கவில்லை. கிறித்து மதத்தைப் பறப்புவதை முக்கிய பணியாகச் செய்து வந்தார். அதற்கு, அவர் ஒரு துண்டு சீட்டில் கிறிஸ்த்துவ மதத்தைப் பற்றி பிரசுரம் செய்து மக்களிடம் கொடுத்து கொண்டு இருந்தார். அதில், ஆர்விலும், வில்பரும் அவருக்கு உதவியாக இருந்தார்கள். தந்தைக்கு உதவி செய்யும்போது ஆர்வில்லுக்கு ஒரு யோசனை தோன்றியது. நாமே சொந்தமாக ஒரு பத்திரிகை தொடங்கினால் என்ன ? என்று சிந்தித்தார். தனது யோசனையை வில்பரிடம் கூறினார். வில்பரும் அதற்குச் சம்மதித்தார். பத்திரிகை தொடங்க பணத்திற்கு எங்குப் போவது என்று தெரியாமல் இருந்தனர்.

3. பாச மலர்

ஆர்வில்லும், வில்பரும் வீண் செலவுகள் செய்வதில்லை. அதனால், அவர்கள் கையில் கொஞ்சம் பணம் சேர்த்து வைத்தனர். ஆனால், அவர்களுக்குப் பணம் போதவில்லை. அவர்கள் பத்திரிகை தொடங்க போவதைத் தங்கள் பெற்றோரிடம் கூறினர். தங்கள் மகன்கள் பத்திரிகை தொடங்குவதில் மில்டனும், சுசனும் மகிழ்ச்சி அடைந்தனர்.

இருவரும் சுசனிடம் இருந்து கொஞ்சம் பணம் வாங்கினர். தங்களுக்குத் தெரிந்த நண்பர்களிடம் இருந்து இன்னும் கொஞ்சம் பணம் வாங்கினார். ஓரளவு பத்திரிகை தொடங்கப் பணம் சேர்ந்தது. அவர்களே சொந்தமாக அச்சு இயந்திரத்தை வடிவமைத்துச் செய்தார்கள். இருக்கும் மிதி பணத்தில் அச்சு எழுத்துக்கள், காகிதங்கள், மை போன்ற பொருட்களை எல்லாம் வாங்கினர். பத்திரிகைக்குத் தேவையான எல்லாப் பொருட்களும் தயார் நிலையில் வைத்துக் கொண்டனர்.

1889 ஆம் ஆண்டு, 'தி வெஸ்ட் சைட் நியூஸ்' (மேற்கு திசைச் செய்திகள்) என்ற வாரப் பத்திரிகை ஒன்றைத் தொடங்கினர்.

ஐஸ் ஹாக்கி விளையாட்டால் வில்பருக்கு விழுந்த காயம் கொஞ்சம் கொஞ்சமாகக் குணமடைந்து வந்தது. இருந்தாலும் பத்திரிகை சம்மந்தமாக அவரால் ஓடி ஆடி வேலை செய்ய முடியவில்லை. அதனால், ஆசிரியராகப் பத்திரிகை அலுவலகத்தில் அமர்ந்து கவனித்துக் கொண்டார். வில்பர் பத்திரிகை விற்று, அதில் வரும் வருமானத்தையும், மற்ற வேலைகளைக் கவனித்துக் கொள்ளும் நிர்வாகப் பொறுப்பை ஏற்றுக் கொண்டார். 'தி வெஸ்ட் சைட் நீயூஸ்' பத்திரிகை தொடங்கும்போது வில்பருக்கு இருபது வயது; இளையவன் ஆர்வில்லுக்குப் பதினேழு வயது. இந்த இளம்

வயதில் பத்திரிகை எடுத்து நடத்தும் நம்பிக்கை, தைரியம் அவர்களிடம் இருந்தது.

ஓரளவு லாபம் கிடைத்து வாழ்க்கையில் முன்னேறி வரும் சமயத்தில் ஒரு துயரச் சம்பவம் நடந்தது. ரைட் சகோதரர்களின் வளர்ச்சியைக் கண்டு மகிழ்ந்த அவரது அம்மா சுசன் நீண்ட நாட்களாகக் காச நோயால் அவஸ்த்தைப் பட்டுக் கொண்டிருந்தார். எத்தனையோ சிகிச்சைகள் செய்தனர். இறுதியில், 1889 ஆம் ஆண்டு சுசன் காச நோயில் இறந்தார். வளர்ந்து வரும் வேளையில் தாயின் மரணம் அவர்களை மிகவும் பாதித்தது. இந்தத் துயரத்தில் இருந்து மீள அவர்களுக்குப் பல நாடகள் ஆகின.

மில்டன் ரைட் குடும்பத்தில் கடைக்குட்டியாகப் பிறந்தவள் கத்திரின் ரைட். அவள்தான் தன் பெற்றோர்களுக்கு ஒரே பெண் குழந்தை. கத்திரின் தன் சகோதரர்கள்மீது மிகுந்த அன்புடையவளாக இருந்தாள். தங்களுக்குப் பிறந்த மற்றொரு சகோதரி சிறுவயதில் இறந்து விட்டதால், அவள்மீது இவர்களுக்கும் அளவுக்கு மீறி பாசம் வைத்தனர்.

கத்திரின் மற்ற சகோதரர்கள் காட்டிலும் ஆர்வில் மீதும், வில்பர் மீதும் அதிக அன்போடு இருந்தாள். கத்திரின் ஒஹியோவில் உள்ள ஒபர்லின் கல்லூரியில் படித்து வந்தார். கத்திரின் கல்லூரியில் படித்துக் கொண்டிருந்த சமயத்தில் சுசன் காச நோயில் இறந்தார். தனது தாய் மரணத்திற்குப் பிறகு தன் சகோதரர்களைப் பார்த்துக்

கொள்ளும் பொறுப்பை ஏற்றுக்கொண்டார். வீட்டில் உதவியாக வேலைக்காரி ஒருவரை வைத்துக் கொண்டாள். இருந்தாலும், தன் சகோதரர்களுக்கும், தந்தைக்கும் அவர்தான் கவனிப்பார். அவர்கள் தாயின் மரணத்திற்குப் பிறகு தனது சகோதரர்களுக்குக் கத்திரின் இன்னொரு அன்னையாக இருந்தார்.

வீட்டு வேலைக்காரி சமைக்க நினைத்தாலும், கத்திரினை விடமாட்டார். தன் சகோதரர்களுக்குத் தன் கையால் சமைத்துக் கொடுப்பதில் கத்திரினுக்குத் தனி சந்தோஷம்.

ஆர்விலும், வில்பரும் வேலை விஷயமாக வெளியூர்

போகும் போது, அவர்களுக்கு வீட்டில் நடப்பதை எல்லாம் கடிதமாக எழுதுவார். தன் சகோதரர்கள் மனம் தளரும் போதெல்லாம் அவர்தான் நம்பிக்கையுட்டினாள். அது மட்டுமில்லாமல், தன் சகோதரர்களுக்காகத் திருமண வாழ்க்கை வேண்டாம் என்று வாழ்ந்தார். தன் சகோதரர்களுக்கும், தந்தைக்கும் பணிவிடை செய்வதே தன் வாழ்க்கை என்று இருந்தார்.

ஒரு பள்ளியில் ஆசிரியராகப் பணிபுரிந்து கொண்டு தன் குடும்பத்தினர்களுக்குத் தேவையானவற்றை எல்லாம் செய்து கொடுத்துக் கொண்டிருந்தார். வில்பர், ஆர்வில் ரைட் வெற்றிக்குப் பின் இருக்கும் பெண் யார் என்று யோசிக்காமல் நிச்சயம் அது கத்திரின் ரைட் என்று சொல்ல வேண்டும். கத்திரின் ரைட் அவர்களை அப்படி ஊக்குவித்து இருக்கிறார். தங்கை உதவியாக இருந்ததால் இருவரும் நிம்மதியாகத் தங்கள் பத்திரிகை வேலைகளைப் பார்த்தனர்.

4. வியாபாரி

அவர்கள் பத்திரிகை வாரம் நூறு பிரதிகள் விற்கப்பட்டன. பத்திரிகை தொழிலில் ஓரளவு லாபம் கிடைத்தாலும் பெரியளவில் அவர்களால் முன்னேற முடியவில்லை. வளர்ந்த பத்திரிகைகளுடன் போட்டிப் போடவேண்டிய சூழ்நிலையில் அவர்கள் இருந்தார்கள். பெரிய அளவில் போட்டி இருந்ததால், பத்திரிகையை அவர்களால் நீண்ட நாட்கள் மேல் நடத்த முடியவில்லை. அந்தச் சமயத்தில் அமெரிக்க மக்களின் கவனத்தை ஒன்று ஈர்த்தது. அதன் பெயர் சைக்கிள் !

அமெரிக்காவில் அப்போது சைக்கிள்மீது ஆசை வைக்காதவர்களே இல்லை. வயதிற்கு ஏற்றப்படி பல விதமான சைக்கிள் விற்கப்பட்டன. சைக்கிள் விற்பவர்கள் பிரமாதமாக லாபம் சம்பாதித்தனர். அப்போது, ஆர்வில் ஒரு பழைய உடைந்த சைக்கிள் ஒன்றை வாங்கி வந்தார். அந்த சைக்கிள் நன்றாக ஆராய்வதற்காக சைக்கிளின் உதிரி பாகங்களான சக்கரம், சங்கிலி, மிதிக்கும் பெடல்கள் எல்லாம் ஒவ்வொன்றாகக் கலட்டினார். மீண்டும் அதைப் பொருத்திப் பார்த்தார். இப்படிச் செய்யும் போது சைக்கிள் ஒவ்வொரு பகுதியும் ஆர்விலுக்கு அத்துப்படியாயிற்று. சிறிது நாட்கள் கழிந்தன. ஆர்வில் சைக்கிள் பழுது பார்க்கும் கடையைத் தொடங்க யோசனை கூறினார்.

பத்திரிகையில் பெரிய அளவில் லாபம் இல்லை என்றாலும் வேறு தொழில் தொடங்க வில்பர் யோசித்தார். தோல்வியில் இருந்து அடுத்த முயற்சியில் இறங்கும்போது எல்லோருக்கும் இருக்கும் பயம் வில்பருக்கும் இருந்தது. ஆனால், அவரது சகோதரரி கத்திரின் ஊக்கத்தினால் வில்பருக்கு அந்தப் பயம் போனது. வில்பர், ஆர்வில் யோசனையை வரவேற்று சைக்கிள் தொழில் ஆரம்பிக்க

சம்மதித்தார்.

1892 ஆம் ஆண்டு, டேடன் நகரில் உள்ள மேற்கு மூன்றாவது தெரு (West Third Street) என்ற இடத்தில் தங்கள் சைக்கிள் கடையைத் தொடங்கினர். அந்தக் கடையின் பெயர் 'ரைட் சைக்கிள் எக்ஸ்சேன்ஜ்'. உடைந்து போன தேவையில்லாத சைக்கிள் இருக்கும் நல்ல பாகங்களை எடுத்து வியாபாரம் செய்தனர். நாளடைவில் இவர்கள் வியாபாரம் சுடு பிடிக்கத் தொடங்கியது. வரும் லாபத்தை எல்லாம் செலவு செய்யாமல், சேமிப்புக்கு என்று கொஞ்சம் பணம் ஒதுக்கினர். சைக்கிள் தொழிலில் நல்ல லாபம் கிடைத்ததால் அந்தத் தொழிலை இன்னும் விரிவுபடுத்த நினைத்தனர். தங்கள் சேமிப்பு பணத்தில் இருந்து புதிய கம்பெனி ஒன்றைத் தொடங்க முடிவெடுத்தனர்.

1896 ஆம் ஆண்டு, தங்கள் கடையின் 'ரைட் சைக்கிள் எக்ஸ்சேன்ஜ்' என்ற பெயரில் இருந்து 'ரைட் சைக்கிள்

Wright Cycle Shop at 1127 West Third Street, Dayton, Ohio

கம்பேனி' என்று மாற்றினர். உடைந்த சைக்கிளில் இருக்கும் நல்ல பாகங்களை எடுத்து அவர்களே சொந்தமாகப் புது சைக்கிள் தயாரித்தனர். அவர்கள் தயாரிக்கும் சைக்கிளுக்கு மக்களிடம் நல்ல வரவேற்பு இருந்தது. சைக்கிள் வியாபாரத்தில் ரைட் சகோதரர்களுக்கு நல்ல லாபம் கிடைக்கத் தொடங்கியது. தேவையில்லாத சைக்கிளில் இருந்து தேவையான பாகங்களை எடுத்து சைக்கிள் தயாரித்ததால் அந்த வியாபரத்தில் மூலதனத்திற்கு அதிகமாக பணம் தேவைப்படவில்லை.

தன் நண்பர்கள் சிலரை தங்கள் கம்பெனிக்கு உதவியாகப் பணியில் சேர்த்துக் கொண்டார்கள். அதுவும் குறிப்பாக ஆர்விலின் பாலிய நண்பன் எட் சின்ஸ் என்பவர் ரைட் சகோதரர்களின் சைக்கிள் கம்பேனியில் மிகவும் உதவியாக இருந்தார்.

Charlie Taylor examining a St. Clair bicycle made by the Wright brothers in 1908. Watching Mr. Taylor are Henry Ford and Orville Wright.

பெயர் மாற்றிய அடுத்த வருடத்திலேயே தெற்கு வில்லியம்ஸ் தெருவில் தங்கள் சைக்கிள் கம்பெனிக்கு இன்னொரு கிளையைத் திறந்தனர். ஆனால், திறந்த வேகத்தில் அதை மூட வேண்டிய நிலையில் இருந்தனர். மூலதனம் அதிகம் செலவலிக்காமல் வியாபாரம் செய்ததால், கிளை கடையை முடியதில் பெரிய நஷ்டம் ஒன்றும் எற்படவில்லை. ஆரம்பித்த முதல் கிளையில் நல்ல லாபம் கிடைத்துக் கொண்டுதான் இருந்தது.

சைக்கிள் கம்பெனியில் நன்றாக லாபம் கிடைத்தாலும் சிறுவயதில் அவர்கள் ஹெலிகாப்டர் சரி செய்யும் போது அவர்களுக்குத் தோன்றிய அதே எண்ணம் மீண்டும் தோன்றியது. அந்தப் பறக்கும் பொம்மை போல் வானத்தில் பறக்கும் இயந்திரத்தைக் கண்டுபிடிக்க வேண்டும் என்பதுதான். தங்கள் ஆராய்ச்சிக்கான வேளையில் ஈடப்பட தொடங்கினர்.

5. பட்டம் பறக்கட்டும்

1896 ஆம் ஆண்டு, விமான ஆராய்ச்சியில் பல முக்கிய நிகழ்வுகள் நடந்தன. ஒட்டோ லிலியெதல் என்பவர் பறக்கும் இயந்திரங்களைப் பற்றிய ஆராய்ச்சியில் ஈடுப்பட்டு வந்தார். அப்போது, தனது ஆராய்ச்சியில் ஆளில்லாமல் பறக்கும் விமானத்தைப் பறக்கவிட்டுச் சாதனை நிகழ்த்தினார். விமான சம்பந்தமான ஆராய்ச்சியில் அவர் தொடர் வெற்றி பெற்றுக் கொண்டிருந்தார். அவரைப் பற்றி பாராட்டாத பத்திரிகை, இதழ்கள் என்று எதுவுமேயில்லை. எந்தப் பத்திரிகை பார்த்தாலும் ஒட்டோ புகைப்படம் இருக்கும். ஆனால், ஆளில்லாமல் விமானம் வானத்தில் பறந்து என்ன பயன் ? யாருக்கும் அதில் பயனில்லை.

தன் கண்டுபிடிப்பால் யாராவது பயணம் செய்து பறந்தால்தான் தன்னுடைய வெற்றிக்கு முழு உருவம் கிடைக்கும் என்று நினைத்தார். “விமானத்தால் பறக்க முடியும் என்று சொல்வது பெரிய கண்டுபிடிப்பு கிடையாது. பறக்கும் விமானத்தை வடிவமைக்க வேண்டும். அந்த விமானத்தில் பறந்து காட்ட வேண்டும். அதுதான் சாதனை” என்று கூறுவார். அவர் நினைத்தது போல் அப்படி ஒரு இயந்திரம் செய்தார். அவர் தயாரித்த அந்த இயந்திரத்தைப் பரிசோதிக்க அவரே அதில் ஏறி பயணம் செய்தார். ஆனால், அதுவே அவரது இறுதி பயணமாக மாறியது. ஒட்டோ லிலியெதல் தயாரித்த கிளைடர் விமானம் தரையில் விழுந்து அவர் இறந்தார்.

சில பத்திரிகைகள் மனிதனால் வானத்தில் பறக்க முடியாது, விஞ்ஞானிகள் தேவையில்லாமல் தங்கள் நேரத்தைச் செலவிட்டு உயிரை விடுகிறார்கள் என்று எழுதினர். பறக்கும் முயற்சியில் ஒட்டோ லிலியெதல்

உயிர் துறந்ததால், பலர் அந்தப் பரிசோதனையில் இறங்க பயந்தனர். பல விஞ்ஞானிகள் ஒட்டோ லிலியெதல்காக வருந்த மட்டும் செய்தார்கள். அவர் முயற்சியை ஒருவர்கூடத் தொடர முன்வரவில்லை.

இந்தச் செய்தியை ரைட் சகோதரர்கள் கேள்விப்பட்டனர். ஒட்டோவின் தோல்வியுற்ற ஆராய்ச்சியில் நாம் வெற்றிப் பெற்றுக் காட்ட வேண்டும் என்று நினைத்தார்கள்.

வானத்தில் பறக்கும் இயந்திரத்தைக் கண்டுபிடிக்க நினைத்தவர்கள் எடுத்த எடுப்பிலே கருவிகள் செய்யும் வேலையில் ஈடுபடவில்லை. வானத்தில் பறக்க வேண்டும் என்றால் முதலில் காற்றின் அசைவுகளைத் தெரிந்துகொள்ள வேண்டும் என்று நினைத்தனர். காற்றின் தன்மைகளைப் பற்றி புரிந்துகொள்ள ரைட் சகோதரர்கள் பயன்படுத்தியது பட்டம் !

சிறுவர்கள் வானத்தில் பட்டம்விட்டு விளையாடினால் பராவாயில்லை. ஆனால், வளர்ந்த இளைஞர் பட்டம் விளையாடுவதைப் பார்த்து பலர் "இந்த வயதில் பட்டம் விட்டு விளையாட வேண்டுமா?" என்று கேளிக்கை செய்தனர். அதுவும், சைக்கில் தயாரிக்கும் கடையை வைத்துக் கொண்டு பொறுப்பில்லாமல் இருக்கிறார்களே என்று மில்டன் ரைட் கவலைப்பட்டார். காற்றில் பறக்கும் இயந்திரம் கண்டுபிடிக்க வேண்டும் என்ற அவர்களின் லட்சியத்திற்கு மற்றவர்களின் வார்த்தைகள் பெரிதாகத் தோன்றவில்லை.

வானத்தில் வித விதமான பட்டங்களை எல்லாம் விட்டு பார்த்தார்கள். ஒருமுறை பட்டத்தின் வால் பெரிதாகவும், மறு முறை சிறியதாகவும் வானத்தில் செலுத்தினர். சதுரமான பட்டத்தில் அதன் ஒரு புறம் காற்று வேகமாக மோத அதனால் தொடர முடியாமல் போனது. பட்டம் தவிர்த்த பகுதியில் காற்று கடந்து செல்வதால், பட்டம் பின்

நோக்கித் தள்ளப்படுகிறது. அதே சமயம் பட்டம் தரைக்கு ஒரு கோணத்தில் இருப்பதால் அதே கோணத்தில் காற்று செல்லும். இதனைத் தொடர்ந்து பட்டமும் மேல் நோக்கி பறக்கும். அதன்பின் பட்டத்தை வேறு வடிவத்தில் செய்து வானத்தில் பறக்கவிட வேண்டும் என்று அவர்களுக்குத் தோன்றியது.

ஐந்து அடியில் பெட்டி வடிவத்தில் பட்டத்தைச் செய்தனர். காற்று செல்ல வசதியாகப் பட்டத்தை அமைத்தனர். அந்தப் பட்டத்திற்குப் பலமான இறக்கை எல்லாம் வைத்துச் செய்து இருந்தனர். வானத்தில் செலுத்தும்போது அந்த இறக்கை மேலும், கீழும் செல்ல உதவியாக இருந்தது. அதே போல் தங்களுடைய பறக்கும் இயந்திரத்திலும் மேலும், கீழும் பறப்பது போல் இருக்க வேண்டும் என்று நினைத்தனர்.

அடுத்து அவர்கள் காற்றின் தன்மையைப் பற்றி தெரிந்து கொண்டது பறவைகளிடம் இருந்துதான். காற்றுக்கு ஏற்றவாறு பறவைகள் தன் சிறகுகளைச் சரி செய்து பறப்பதைக் கவனித்தனர். எதிர்காற்றை மீறி கூட்டமாகச் செல்லும் பறவைகளிடம் இருந்து கற்றுக்கொண்டனர். பறவைகள் கூட்டமாகச் செல்லும் போது ஆங்கில எழுத்து 'V' வடிவத்தில் எதிர்காற்றை நோக்கி சென்றதைக் கவனித்தனர்.

ஒரு பறவை, இன்னொரு பறவைக்குப் போதிய இடைவேளை விட்டுப் பறந்தது. பறவைகள் 'V' வடிவத்தில் செல்லும் போது எதிர்காற்றின் தன்மைகள் குறைந்து பறவைகளால் வேகமாகச் செல்ல முடிந்தன. அந்தப் பறவைகள் செல்லும் வடிவத்தில் தங்கள் இயந்திரம் இருந்தால்தான் எதிர்காற்றைச் சமாளித்துச் செல்ல முடியும் என்று நினைத்தனர். தங்களுடைய கண்டுபிடிப்புக்குத் இயற்கையிடம் இருந்து தத்துவத்தை எடுத்துக் கொண்டு அவர்கள் வேலையைத் தொடங்கினர்.

தங்கள் பணியைத் தொடங்கும் முன்பு தந்தையின் அனுமதி வாங்க நினைத்தனர். வில்பரும், ஆர்விலும் பறக்கும் இயந்திரம் கண்டுபிடிக்கும் முயற்சியில் ஈடுபடப் போவதாக மில்டன் ரைட்யிடம் கூறினர். ஆனால், மில்டன் ரைட் இதற்கு சம்மதிக்கவில்லை. ஒட்டோ லிலியெதல் மரணம் மில்டன் ரைட்டை மிகவும் அச்சுறுத்தியது.

தன் மகன்களுக்கும் அப்படி ஒரு நிலைமை வரக் கூடாது என்று நினைத்தார். பிறகு கத்திரின், ஆர்வில், வில்பர் எல்லோரும் சேர்ந்து பேசி மில்டனிடம் சம்மதம் வாங்கினர். மில்டன் ரைட் சகோதரர்களுக்கு அனுமதி கொடுத்தாலும், அவர்களுக்கு ஒரு நிபந்தனை விதித்தார். பறக்கும் இயந்திரம் கண்டுபிடிக்கும் போது இருவரும் சேர்ந்து பறக்கும் முயற்சியில் ஈடுப்படக் கூடாது என்றார். ஒருவேளை ஆராய்ச்சியில் எதாவது விபரிதம் நிகழ்ந்தால், மில்டன் ஒரே சமயத்தில் இருவரையும் இழக்க விரும்பவில்லை. மில்டன் மனதைப் புரிந்து கொண்ட ரைட் சகோதரர்களும் மில்டனுக்குச் சத்தியம் செய்து கொடுத்தனர்.

பறக்கும் இயந்திரம் பற்றிய ஆராய்ச்சியால் தங்கள் சைக்கிள் நிறுவனம் பாதிக்கக்கூடாது என்பதில் கவனமாக இருந்தனர். அவர்களது நண்பர்கள் அந்த நிறுவனத்தில் வேலை செய்ததால், ஆராய்ச்சியை வெற்றிக்கரமாக முடிக்கும் வரை தங்கள் நிறுவனத்தை அவர்கள் பொறுப்பில் விட்டனர்.

1899 ஆம் ஆண்டு, வில்பர் வாஷிங்டனிலிருக்கும் ஸ்மித்ஸோனியன் கழகத்துக்கு பறக்கும் இயந்திரத்தைப் பற்றி செய்திகள், குறிப்பிடுகள், நூல்கள் அனுப்புமாறு கடிதம் எழுதினார். ஸ்மித்ஸோனியன் கழகத்தின் செயலாளர் சாமுவெல் லாங்கே வில்பர் கேட்ட எல்லாக் குறிப்புகளை அனுப்பி வைத்தார்.

அந்தக் குறிப்புகள் பறக்கும் இயந்திரம் செய்ய வில்பருக்கு உதவியாக இருந்தது. உண்மையைச் சொல்ல வேண்டும்

என்றால் வில்பர்தான் முதன் முதலில் பறக்கும் இயந்திரத்தில் ஆர்வம் காட்டி வந்தார். ஆர்விலின் கவனம் முழுக்க சைக்கிள் நிறுவனத்தின் மீதுதான் இருந்தது. நாளடைவில், ஆர்விலும் வில்பருக்கு உதவியாகப் பறக்கும் இயந்திரத்தில் தன்னை ஈடுபடுத்தி கொண்டார்.

6. முதல் பரிசோதனை

காற்றின் தனமைகளைப் புரிந்துகொண்ட ரைட் சகோதரர்கள் 1900 ஆம் ஆண்டு முதல் ப்றக்கும் இயந்திரத்தைச் செய்யும் முயற்சியில் இறங்கினர். ஒட்டோ லிலியெதல் போல் இவர்களும் ஒரு 'கிளைடர்' செய்தனர். அதில் ஒருவர் மட்டுமே பயணம் செய்யும் படியாக வடிவம் அமைந்திருந்தது. கிளைடர் தயாரிப்பதைப் பற்றி ரைட் சகோதரர்கள் குறிப்புகள், வடிவங்களைப் படித்து; புரிந்துகொண்டு அதைத் தயாரித்தனர்.

கிளைடர் செய்வதற்கு ரைட் சகோதரர்களுக்கு உதவியாக இருந்தவர் ஆக்டேவ் சனூட்டே. இவர் பிரான்ஸ் நாட்டில் பிறந்து அமெரிக்காவில் வசிக்கும் பொறியியலாளர். அந்தச் சமயத்தில் வானத்தில் பறக்கும் இயந்திரத்தைப் பற்றி பல ஆராய்ச்சிகள் செய்து பல பேர்களிடம் இருந்து பாராட்டு பெற்றவர். வானத்தில் பறக்கும் இயந்திரத்தைக் கண்டுபிடிக்க ரைட் சகோதரர்கள் காட்டிய ஆர்வமும், முயற்சியும் சனூட்டே நன்கு அறிந்திருந்தார். ரைட் சகோதரர்கள் தங்கள் சந்தேகங்களை சனூட்டேவுக்குக் கடிதம் மூலம் கேட்பார்கள். அவரும் ரைட் சகோதரர்கள் கேள்விகளுக்குப் பதில் அளித்து கடிதம் எழுதுவார். சனூட்டே விமானத்தைப் பற்றித் தனக்குத் தெரிந்ததை எல்லாம் கடிதத்தில் கூறியிருந்தார். சனூட்டே ஆலோசனைபடி கிளைடரை வலப்புறமாகவும், இடப்புறமாகவும் திருப்பக்கூடிய விசைகளை அமைத்தனர். அந்த விசை காற்றின் தன்மையைப் பொருத்து கிளைடரை இட பக்கமாகவும், வல பக்கமாகவும் திருப்ப முடியும்.

'தீரி அக்சிஸ் கன்ட்ரோல்' தத்துவத்தை அடிப்படையாகக் கொண்டு விமானம் பறந்தால்தான் காற்றில் செல்ல முடியும் என்ற உண்மையைக் கண்டறிந்தார்கள். அந்தத்

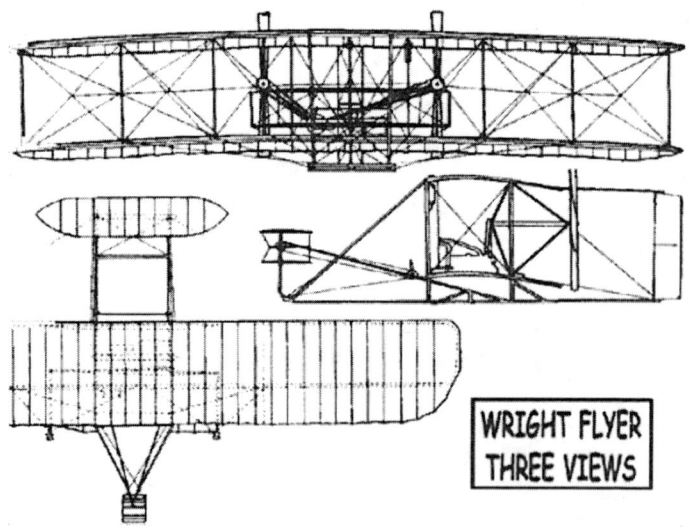

WRIGHT FLYER
THREE VIEWS

தத்துவத்தில் அமைந்தால்தான் விமானியால் விமானத்தை எந்த திசையில் வேண்டுமானாலும் காற்றில் செல்ல முடியும் என்ற உண்மையைப் புரிந்துக் கொண்டனர்.

கிளைடர் செய்வதற்கு உதவியாக இருந்த இன்னொருவர் சார்லி டெய்லர். அவர் ரைட் சகோதரர்களின் சைக்கிள் நிறுவனத்தில் வேலை செய்பவர். டெய்லருக்கு இயந்திரத்தைப் பற்றிய நுணுக்கங்கள் தெரியும். அதனால், ரைட் சகோதரர்கள் தயாரிக்கும் முதல் கிளைடர் பணியில் டெய்லரை உதவிக்கு வைத்துக் கொண்டனர்.

எப்படியோ ஒரு வழியாகக் கிளைடரைத் தயாரித்து விட்டனர். ஆனால், எங்குப் போய் இதைப் பரிசோதிப்பது? என்ற குழப்பத்தில் ரைட் சகோதரர்கள் இருந்தார்கள். தங்கள் கிளைடரை எப்படிப்பட்ட இடத்தில் பரிசோதித்தால் நல்லது என்று ஆக்டோவ் சனூட்டேவுக்குக் கடிதம் எழுதினர். அதற்கு, சனூட்டே கிளைடரை பரிசோதிக்க டேடன் நகரம் சரியான இடமில்லை என்றார். காற்று நன்றாக வீசக்கூடிய

Wright Brothers' Aircraft

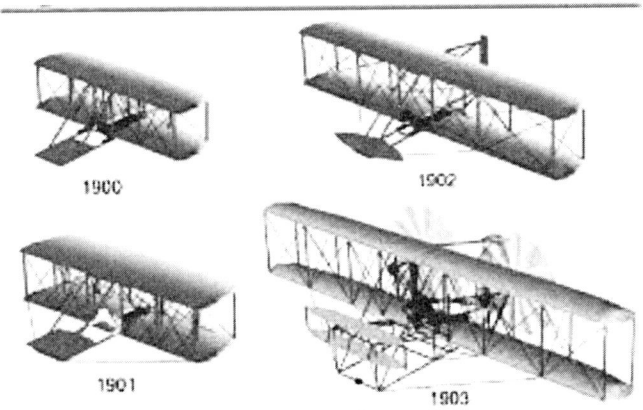

இடத்தில் கிளைடரைப் பரிசோதிக்க வேண்டும் என்றார். அது மட்டுமில்லாமல், நிலப்பரப்பு முழுக்க மணல் நிரம்பிய இடமாகவும், மரங்கள் இல்லாத இடமாகவும், தட்ப வெப்ப நிலை ஒரே சீராக உள்ள இடமாகவும் இருக்க வேண்டும் என்று கூறினார். காற்று நன்றாக வீசக் கூடிய இடத்தில் பரிசோதனை செய்தால் கிளைடர் நன்றாகப் பறக்கும். ஒரு வேளை கிளைடரில் இருந்து தவறி கீழே விழுந்தாலும் மணல் நிரப்பிய இடத்தில் உயிருக்கு ஆபத்தான காயங்கள் ஏற்படாது என்பதற்காகச் சனூட்டே தனது கடிதத்தில் ஆலோசனை வழங்கியிருந்தார்.

சனூட்டே தன் கடிதத்தில் குறிப்பிட்டது போன்ற இடத்தில் பரிசோதனை செய்தால்தான் மிகவும் பாதுகாப்பாக இருக்கும் என்று ரைட் சகோதரர்கள் உணர்ந்தனர். ஆனால், அப்படிப்பட்ட ஒரு இடத்தை எங்குப் போய்த் தேடுவது. எல்லா ஊர்களுக்குச் சென்று அவர்கள் நினைத்ததைப் போல் இடத்தைத் தேடுவது கடினம். அப்போது ரைட் சகோதரர்களுக்கு ஒரு யோசனை வந்தது. அவர்கள் விரும்பும் இடத்தைப் பற்றி தட்பவெப்பநிலை

நிறுவனத்திற்கு எழுதி வாங்கலாம் என்று தோன்றியது. அவர்களும் தட்பவெப்பநிலை நிறுவனத்திற்கு எழுதினர். தட்பவெப்பநிலை நிறுவனமும் ரைட் சகோதரர்கள் விரும்புவது போன்ற இடத்தைப் பற்றி எழுதி அனுப்பினர். தட்பவெப்பநிலை நிறுவனம் அவர்கள் தங்கள் கடிதத்தில் கூறிய இடத்தின் பெயர் 'கிட்டி ஹாக்'. அந்த இடம் வட கரோலினாவில் உள்ளது. அந்த இடம் ரைட் சகோதரர்கள் விரும்புவது போல் மணல் குன்று, மரங்கள் இல்லாத இடம், ஒரே சீரான வெப்பநிலை என்று எல்லாத் தன்மைகளும் பொருந்தியிருந்தது.

ரைட் சகோதரர்கள் கிட்டி ஹாக்கை நோக்கிப் புறப்பட்டார்கள். டேடன் நகரத்தில் இருந்து நீண்ட தொலைவில் பயணம் செய்து கிட்டி ஹாக் இடத்தை அடைந்தனர். அந்த இடம் மக்கள் நடமாட்டம் இல்லாமல் இருந்தது அவர்களுக்கு மேலும் உதவியாக இருந்தது.

ரைட் சகோதரர்கள் கிளைடர் விமானத்தின் உதிரி பாகங்களை எல்லாம் இணைத்தனர். சில மணி நேரங்களில் அவர்கள் கிளைடரைத் தயார் செய்தனர். கிளைடருடன் இருவரும் 'கில் டெவில் ஹில்' (பேய் கொல்லும் மலை) என்ற மலக்குன்றின் உச்சிக்குச் சென்றனர்.

தங்கள் முதல் பரிசோதனையை நடத்த நேரம் நெருங்கிக் கொண்டே வந்தது. முதல் முறையாகக் காற்றோடு பறக்கும் அனுபவம். மனதில் திகிலுடன் விமானத்தில் ஏறினார் ஆர்வில். கிளைடர் விமானத்தில் கயிறைக் கட்டி வில்பர் இருக்கப் பிடித்துக் கொண்டார். கிளைடர் விமானம் தரையில் இருந்து ஐந்தடி உயரத்தில் பறந்தது. ஆர்விலும், வில்பரும் மகிழ்ச்சியில் ஆரவாரம் செய்தனர். அந்தச் சந்தோஷம் சில நோடிகள் மட்டுமே நீடித்தன. பத்து நோடிகளில் பறந்த கிளைடர் விமானம் கீழே விழுந்தது. ஆனால், ஆர்விலுக்கு எவ்வித அபாயமும் ஏற்படவில்லை.

இவர்களின் முதல் பரிசோதனை அவ்வளவு திருப்திகரமாக இல்லை. இருந்தாலும், மனிதனால் பறக்க முடியும் என்ற உண்மையை உறுதி செய்து கொண்டனர். கிளைடர் விமானம் தரையில் விழுந்து நொறுங்கியிருந்தது. பழுதடைந்த கிளைடர் விமானத்தை எடுத்துக் கொண்டு டேடன் நகருத்துக்கு வந்தனர். மீண்டும் கிளைடர் விமானத்தைச் சரி செய்து வானத்தில் பறக்கவிட வேண்டும் என்ற எண்ணத்தில் இருந்த உறுதி சிறிதும் குறையவில்லை.

7. வெற்றி மேல் வெற்றி

முதல் பரிசோதனை எதிர்ப்பார்த்த அளவில் வெற்றியில்லாமல் இருந்தாலும், அடுத்த முயற்சிக்குப் அதைப் பாடமாக எற்றுக்கொண்டு புது கிளைடரை செய்யும் வேலையில் ஈடுப்பட்டனர்.

1901 ஆம் ஆண்டு, தங்கள் கிளைடரை புதுவித தொழில் நுட்பங்களை அமைத்து மீண்டும் கிட்டி ஹாக் இடத்திற்குச் சென்றனர். சென்ற முறையைவிட இந்தத் தடவை ரைட் சகோதரர்களின் கிளைடரை அதிக அளவு உயரத்தில் செலுத்தினர். அவர்கள் கிளைடர் சற்று அதிக உயரத்தில் பறந்ததில் அவர்களே வியப்படைந்தனர். இருந்தாலும் அவர்களுக்குத் திருப்தியில்லை. இன்னும் அதிக உயரத்தில் பறக்க வேண்டும் என்ற எண்ணத்தில் இருந்து மாறவில்லை.

மீண்டும் புது கிளைடரைத் தயாரிக்கும் பணியில் இறங்கினர். புது கிளைடரை வடிவமைத்துத் தயாரிக்க ஒரு வருடம் எடுத்துக் கொண்டனர். காற்றை எதிர் நோக்கும் அளவிற்கு வலிமையாக இறக்கை அமைத்தனர். அவர்களின் கடின உழைப்பால், முன்பு நடத்திய இரண்டு பரிசோதனை காட்டிலும்; இந்தமுறை அவர்கள் அதிக உயரத்தில் பறந்தனர்.

வானத்தில் அதிக உயரம் பறந்தாலும் நீண்ட நேரம் வரை அவர்களால் பறக்க முடியவில்லை. சில நோடிகள் மட்டுமே அவர்களால் பறக்க முடிந்தது. அப்போது ரைட் சகோதரர்களைப் போல் இன்னொருவரும் பறக்கும் இயந்திர ஆராய்ச்சியில் ஈடுப்பட்டு இருந்தார். அவர் அமெரிக்க விஞ்ஞானி சாமுவெல் லாங்கே. ஸ்மித்ஸோனியன் கழகத்தின் செயலாளராக இருந்தாரே அதே சாமுவெல் லாங்கேதான்.

அவர் சிறிய இன்ஜின் ஒன்று தயாரித்து, தனது

விமானத்தை பைலட் இல்லாமல் வானத்தில் ஏற்றினார். அமெரிக்க அரசாங்கம் சாமுவெல் லாங்கே ஆராய்ச்சியை ஊக்குவிக்க அவருக்கு ஐம்பது ஆயிரம் டாலர் மேல் பணம் கொடுத்தனர். அவரிடம் மனிதன் பயணம் செய்யும் விமானத்தைக் கண்டுபிடிக்கவும் சொன்னார்கள். அமெரிக்க அரசாங்கம் சொன்னபடி அவரும் ஒரு விமானம் செய்தார். அதன் பெயர் ‘ஏரோட்ரோம்’.

அமெரிக்க அரசாங்கம் சாமுவெல் வெற்றியை ஆவலுடன் எதிர்பார்த்துக் கொண்டு இருந்தனர். டிசம்பர் 8,1903 அன்று அவர் கடலோர பகுதியில் பரிசோதனை நடத்தினார். ஆனால், அந்த விமானம் தரையை விட்டு எழாமல் தண்ணீரில் முழ்கியது. இதனால், பலர் மனிதனால் பறக்க முடியும் என்பதை நம்ப மறுத்தனர். தனது ‘ஏரோட்ரோம்’ விமானம் பழுதடைந்ததால் சாமுவெல் லாங்கேவுக்கும் மனிதனால் பறக்க முடியும் என்ற நம்பிக்கை போனது.

சாமுவெல்லின் தோல்வியை ரைட் சகோதரர்களின் நம்பிக்கையையும், முயற்சியையும் எந்த அளவிலும் பாதிக்கவில்லை. நூலகத்திற்குச் சென்று பல புத்தங்கள் படித்தனர். ஒரு புது இன்ஜின் ஒன்றையும் தயாரித்தனர். 150 பௌன்ட் எடையுள்ள அந்த இன்ஜின் பைலட்

இயக்க கூடியதாகச் செய்தனர். நான்கு வருடங்களாகத் தங்கள் விமானத்தின் வடிவத்தை மெருக்கேற்றிக் கொண்டு வந்தனர். அவர்களுக்கு முன் விமான பரிசோதனயில் ஈடுப்பட்டவர்கள் தோல்வியுற்ற காரணம், அவர்கள் வானத்தில் செலுத்த யோசித்தார்களே தவிர அதைக் கட்டுப்படுத்த சிந்திக்கவில்லை. ஆனால், ரைட் சகோதரர்கள் அப்படியில்லை. பறக்கும் போது விமானத்தின் உறுதிநிலையைக் கட்டுப்படுத்துவதற்காக வழிகளை வகுப்பதில் நேரத்தைச் செலவழித்தனர்.

விமானத்திற்குச் சிறகுகள் அமைக்க வேண்டும் என்ற யோசனை ரைட் சகோதரர்களுக்குத் தோன்றியது. இதற்குமுன் வந்த விமான மாதிரி அட்டவணைகளின் செய்திகளைக் கொண்டு, இவர்கள் தங்கள் விமானத்திற்குச் சிறகுகள் செய்தனர். அவர்களே காற்றுப்புகு வழியை அமைத்தனர். அதுவரை விமானத்தை யாரும் செய்யாத வடிவத்தைச் செய்தார்கள்.

ரைட் சகோதரர்கள் செய்த வடிவத்தைச் சாமுவெல் லாங்கே உட்பட பல விஞ்ஞானிகள் அதை விமர்சனம் செய்தனர். அந்த வடிவம் பறக்க உதவாது என்றனர். "படித்து, பட்டம் பெற்றும், பல ஆராய்ச்சிகள் ஈடுபட்ட சாமுவெல் லாங்கேவே தோற்றுவிட்டார். படிக்காத இந்த இரண்டு பேரால் மட்டும் பெரிதாக என்ன செய்ய முடியும்" என்று நினைத்தனர். அவர்கள் வார்த்தைகள் எல்லாம் பொய்யாகப் போகும் நாட்கள் வெகுதொலைவில் இல்லை என்பது அவர்களுக்குத் தெரியாது.

டிசம்பர் 17, 1903. காலை 10.30 மணி இருக்கும். ரைட் சகோதரர்கள் வடிவமைத்த விமானத்தின் பெயர் ப்ளையர் I விமானம் வானத்தில் செலுத்தத் தயார்நிலையில் இருந்தது. அப்போது விமானத்தை ஓட்டப் போவது யார் என்று தீர்மானிக்கக் காசை சுண்டிப் போட்டனர். அதிஷ்டம் ஆர்வில் பக்கம் இருந்தது. ப்ளையர் I விமானத்தை வானத்தில் செலுத்தினார். ஆர்வில் எடையுடன் சேர்த்து விமானம் 341

கிலோ இருந்தது. முதல் முறை 120 அடி உயரம் வரைதான் பறக்க முடிந்தது. அதன்பின் மூன்று விநாடிகளில் கீழே இறங்கியது. மீண்டும் இன்னொரு முறை முயற்சி செய்து பார்த்தனர். இப்படியே இரண்டு, மூன்று முறை முயன்றனர். அடுத்தக் கட்டத்தில் ப்ளையர் I விமானம் 852 அடி உயர அளவில் பறந்தது. ஐம்பத்தொன்பது விநாடிகள் வானில் பறந்தது. முதல் விமானத்தை ஓட்டிய விமானி என்பதில் ஆர்வில் அளவுக்கு அதிகமான மகிழ்ச்சி.

Dayton Boys Solve Problem

Wilbur and Orville Wright Successfully Operate a Flying Machine in North Carolina--Description of Craft.

Dec 18, 1903 Dayton Herald

Bishop Milton Wright of this city has received a telegram from his sons Wilbur and Orville Wright, who are at Kitty Hawk, N. C., their fourth autumn, experimenting in gliding through the air on aeroplanes of their own ... and regulated by devices of their ...nvention, saying that they have ...ratifying success with their true flying machine built by them this year

street: We have made four successful flights this morning, all against a 21-mile wind. We started from the level with engine powe ralone. Our average speed through the air was 31 miles. Our longest time in the air was 57 seconds. ORVILLE WRIGHT."

By "speed of 31 miles" is meant 10 miles an hour against a 21-mile wind.

A previous telegram from Wilbur, the elder of the Brothers Wright, to

நான்கு வருடங்களாக எத்தனையோ விமான மாதிரிகள் வடிவமைப்பதில் தோற்றார்கள். அவர்களின் தோல்விகளை இந்த ஒரு வெற்றி எல்லாவற்றையும் மறக்கடித்துவிட்டது. இந்தச் சந்தோஷமான செய்தியை மில்டன் ரைடுக்கும், கத்திரினுக்கும் தந்தி மூலம் தெரிவித்தனர். தன் சகோதரர்கள் ஆராய்ச்சியில் வெற்றி பெற்றதில் கத்திரினுக்கு அளவில்லா சந்தோஷம்.

"பறக்கும் இயந்திரம் சாத்தியமில்லை" என்று சொன்னவர்களின் வாயை அடைக்க நினைத்தனர்.

தங்கள் சாதனையை நிருபித்து அதற்குத் தகுந்த அங்கிகாரம் கிடைக்க வேண்டும் என்று கருதினர்.

அதனால், தங்கள் விமானத்தை டேடன் நகரத்தில் மக்கள் முன்பு ஓட்டிக் காட்ட வேண்டும் என்று முடிவு செய்தனர். தங்கள் வெற்றியைத் தொடர்ந்து ரைட் சகோதரர்கள் ப்ளையர் 2 என்ற விமானத்தை வடிவமைதனர். 1904 ஆம் ஆண்டு, டேடன் வடக்கிழக்கில் இருந்து எட்டு மையில் தொலைவில் இருக்கும் ஹப்மென் ப்னரரியில் தங்கள் அடுத்தப் பரிசோதனை செய்ய திட்டம் போட்டனர். ஹப்மென் ப்னரரி இடத்தின் உரிமையாளர் ஹப்மெனிடம் உதவியை நாடினர்.

அவரும் ரைட் சகோதரர்களிடம் இருந்து எந்தவித வாடகை பணமும் வாங்காமல் இலவசமாகப் பரிசோதனை செய்ய அனுமதி அளித்தார். செலவில்லமால் பரிசோதனைக்கு இடம் கிடைத்ததில் ரைட் சகோதரர்களுக்கு சந்தோஷத்தில் தங்களின் அடுத்தக்கட்ட வேளையில் துவங்கினர். அப்போது இவர்களுக்கு ஒரு பெரிய சோதனை ஒன்று காத்திருக்கிறது என்று தெரியாமல் போனது.

8. எங்கே செல்லும் இந்தப் பாதை ?

தங்களின் திட்டப்படி பரிசோதனைக்கு அனைத்தும் தயார் நிலையில் வைத்து கொண்டனர். டேடனில் இருக்கும் பெரும் பாலன பத்திரிகை நிருபர்களை அழைத்தனர். ப்ளையர் II விமானம் வானத்தில் செலுத்தும் ஒரு பெரிய தடங்கள் இருப்பது அப்போதுதான் தெரிந்தது. அன்றைய தட்பவெப்பநிலை பறப்பதற்குச் சாதகமாகமில்லை. காற்றும் சீராக இல்லாமல் இருந்தது. இதனால், அவர்களால் விமானத்தை வானத்தில் செலுத்த முடியாத நிலையில் இருந்தனர். சில அறிஞர்கள் ரைட் சகோதரர்கள் தேவையில்லாமல் மற்றவர்களை அளக்கடிக்கிறார்கள் என்றனர்.

நீண்ட நேரமாக ரைட் சகோதரர்கள் விமானத்தை வானத்தில் செலுத்தாததால், பத்திரிகையாளர்கள் தங்கள் ஆர்வத்தை இழந்தனர். அன்றைய தினம் அவர்களால் விமானத்தை வானத்தில் செலுத்த முடியவில்லை. அன்று விமானத்தை வானத்தில் பறக்க முடியாததால், ரைட் சகோதரர்களுக்குப் பத்திரிகையாளர்கள் முன்பு தலை குனிவாக இருந்தது.

டேடனில் எப்படியாவது விமானத்தைப் பறக்க விட்டுத் தங்கள் கண்டுபிடிப்பை மக்களுக்குக் காட்ட வேண்டும் என்ற எண்ணம் அவர்கள் மனதில் ஆழமாகப் பதிந்தது. அதே ஆண்டில், அதே இடத்தில் செய்து காட்ட வேண்டும் என்ற மன உறுதி அவர்களுக்கு அதிகமானது. தங்களின் ப்ளையர் II விமானத்தின் சிறகுகளைச் சரி செய்து மீண்டும் பரிசோதனை செய்ய தயார் ஆனார்கள். நவம்பர் 16, 1904 அன்று ப்ளையர் II விமானத்தை வானத்தில் செலுத்தினர். இந்த முறை 1760 அடி உயரம் வரை பறந்தனர். சுமார்

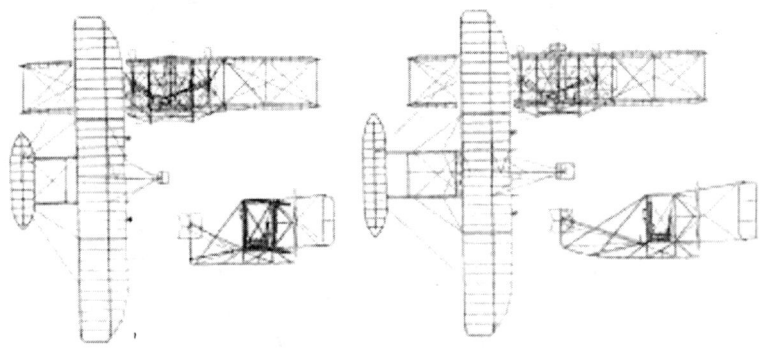

The Wright Flyer III Design

நாற்பத்தியொரு நோடிகள் வரை வானத்தில் பறந்து கொண்டு இருந்தனர். இந்தச் சாதனையை அவர்கள் புகைப்படம் எடுக்கவில்லை.

ரைட் சகோதரர்கள் பறப்பது அரசல் புரசலாகக் காற்று தீ போல் பறவியது. இருந்தாலும், எந்தப் பத்திரிகைகளும் ரைட் சகோதரர்களின் கண்டுபிடிப்புகளுக்கு முக்கியத்துவம் கொடுக்கவில்லை. இதைச் சொன்னாலும் யாரும் நம்ப வில்லை.

ப்ளையர் II விமானத்திற்குப் பிறகு அடுத்த விமானத்தைத் தயாரிப்பதைப் பற்றி யோசித்தனர். விமான ஆராய்ச்சியில் எந்த வருமானம் அவர்களுக்குக் கிடைக்காவிட்டாலும், அதை விட்டுக்கொடுக்க அவர்களுக்கு மனம் வரவில்லை. தொடக்கத்தில் இருந்த நம்பிக்கை துளிகூட அவர்கள் இழக்கவில்லை. அடுத்து ரைட் சகோதரர்கள் தயாரித்த விமானத்தின் பெயர் 'ப்ளையர் III'.

தங்களின் ப்ளையர் II விமானத்தைப் புது வடிவமாகச் செய்ய நினைத்தனர். ஆனால், ஆர்வில் வடிவமைத்த போது அவரால் அதைச் சரிவரச் செய்ய முடியவில்லை. அந்த ப்ளையர் III யின் ஒரு சில பாகங்கள் உடைந்தன. ஆனால், ரைட் சகோதரர்கள் மனம் தளராமல் மீண்டும் ப்ளையர்

III விமானத்தைச் செய்யும் பணியில் தீவிரமாக இருந்தனர். ப்ளையர் III அவர்கள் தயாரிப்பில் இறங்கிய முக்கியக் காரணம், இதுவரை பறந்த விமானம் சில நிமிடங்கள் மட்டுமே வானில் பறந்தது. அவர்கள் அதுவரை பறந்த விமானங்களைவிட நீண்ட நேரம் வானத்தில் பறக்கும் விமானத்தைச் செய்ய நினைத்தனர். அதனால், தங்கள் விமானத்தில் புதுவித சிறகுகளை அமைத்தனர். ஒவ்வொரு சிறகுகளுக்கு இருக்கும் இடைவேளையை அதிகப்படுத்தினர்.

ப்ளையர் விமானம் பிறக்கும் போது உயரத்தைக் காட்டிலும் பறக்கும் தொலைவும், நேரமும் பற்றி மனதில் வைத்துக்கொண்டுதான் வடிவமைத்தனர். எலிவெட்டர், ரூடர் போன்ற கருவிகளைப் பொருத்தி ப்ளையர் III விமானத்தை வெற்றிக்கரமாகச் செய்து முடித்தார்கள்.

அக்டோபர் 5, 1905 ஆம் ஆண்டு ப்ளையர் III விமானத்தில் வில்பர் பறந்தார். அந்த விமானம் 39 கிலோமீட்டர் தூரம் வரை பறந்தது. அது மட்டுமில்லாமல், அவர்கள் நீண்ட நேரம் வானத்தில் பறப்பதுதான். அவர்கள் நினைத்தது போல் அந்த விமானம் 39 நிமிடம் 23 நோடிகள் வரை வானத்தில் பறந்தது. 1903, 1904 ஆண்டுகளில் அவர்கள் செய்த விமானங்கள் வானத்தில் பறந்த நேரங்களைக் காட்டிலும் இந்த விமானத்தில் அதிகமாகப் பறந்து சாதனை படைத்தனர்.

பத்திரிகை பார்வை தங்கள் மீது படாதது ஒரு விதத்தில் நல்லதுதான் என்று எடுத்துக் கொண்டனர். விளம்பரம் அதிகம் இல்லாததால் இவர்களுக்குப் போட்டியாளர்கள் யாரும் உருவாகவில்லை. இருந்தாலும், எந்த ஒரு பாராட்டும் கிடைக்காமல் இருந்தது அவர்களுக்கு வருத்தம்தான். அது மட்டுமில்லாமல், 1906 ஆம் ஆண்டு, பாரீஸில் இருக்கும் பத்திரிகை ஒன்று ரைட் சகோதரர்களை "பறப்பவர்களா? பொய்யர்களா ?" என்ற தலைப்பில் எழுதி, மனிதனால் பறக்க முடியாது என்று எழுதியிருந்தனர்.

இந்தச் சமயத்தில் ரைட் சகோதரர்கள் தங்கள் குடும்ப பொருளாதார ரீதியில் பாதிக்கப்படும் அளவிற்கு விபரிதமான முடிவு ஒன்று எடுத்தனர். தங்கள் சைக்கிள் கம்பெனியை மூடிவிட்டு, இனி தங்களின் முழுக் கவனத்தை விமான ஆராய்ச்சியில் செலவிட வேண்டும் என்று நினைத்தனர். அவர்கள் கண்டுபிடிப்பைப் பற்றி யாரும் நம்பாத சூழ்நிலையில் இப்படி ஒரு முடிவு அவர்கள் எடுத்தது தங்கள் குடும்ப வருமானத்தைப் பாதிக்குமோ என்ற அச்சம் உள்ளூர இருந்துகொண்டுதான் இருந்தது. ஆனால், அப்போது கத்திரின் ஆசிரியர் வேலை செய்துகொண்டிருந்ததால் அவர்கள் குடும்பத்திற்கு வருமானம் வந்துகொண்டிருந்தது. அதனால், சைக்கிள் நிறுவனத்தைக் கைவிடத் தைரியமாக முடிவெடுத்தனர்.

பத்திரிகை பலம் இல்லை. விளம்பரம் செய்யவும் வழியில்லை. உண்மையைக் கூறினாலும் நம்புவோர் இல்லை. தங்களுடைய நிலையை நினைத்து ரைட் சகோதரர்களுக்குக் கொஞ்சம் வருத்தமாகவே இருந்தது. ஆனால், அவர்களின் மன உறுதி மட்டும் எந்த நிலையிலும் குறையவில்லை. தாமதிக்காமல் தங்களின் அடுத்த முயற்சியில் இறங்கினர்.

தங்கள் கண்டுபிடிப்பை அமெரிக்க அரசாங்கத்திடம் சொல்லிப் பண உதவி வாங்கினால் என்னவென்று அவர்களுக்குத் தோன்றியது. மிகுந்த நம்பிக்கையுடன் அரசாங்கத்திடம் உதவியை நாட முடிவெடுத்தனர். ரைட் சகோதரர்கள் தங்கள் கண்டுபிடிப்பான ப்ளையர் III பற்றி விளக்கி அமெரிக்க அரசாங்கத்திக்கு எழுதி அனுப்பினர். ஆனால், அவர்கள் கண்டுபிடிப்புக்கு அமெரிக்க அரசாங்க ஆர்வம் காட்டவில்லை. முன்பே சாமுவெல் லாங்கேவுக்கு ஐம்பதாயிரம் டாலர் பணம் கொடுத்து, அவர் தன் ஆராய்ச்சியில் தோல்வி அடைந்ததை அமெரிக்க அரசாங்கம் மறக்கவில்லை. அமெரிக்க அரசாங்கம் மீண்டும் இன்னொரு விஞ்ஞானிகளுக்குப் பணம் கொடுத்து உதவ மறுத்தனர்.

பல முயற்சிகள் செய்தும் அமெரிக்க அரசிடம் இருந்து அவர்களுக்கு ஆதரவு கிடைக்கவில்லை.

சைக்கிள் கம்பெனியைக் கைவிட்டனர். ஒரே லட்சியம் அவர்களின் விமானத்திற்கு அங்கிகாரம் கிடைக்க வேண்டும் என்பதுதான். அமெரிக்க அரசும் உதவ முன்வரவில்லை. இந்தநிலையில் அடுத்து என்ன செய்வதென்று தெரியாமல் இருந்தனர்.

9. அமெரிக்க இராணுவம்

ரைட் சகோதரர்கள் கையில் இருந்த பணம் கொஞ்சம் கொஞ்சமாகக் கறையத் தொடங்கின. அமெரிக்க அரசு கையை விரித்து விட்ட நிலையில் அடுத்து என்ன செய்யலாம் என்ற யோசனையில் ஆழ்ந்தனர். உள்ளூரில் பிழைக்க வழி இல்லாதபோது வெளியூர் சென்றுதான் பிழைக்கத் தோன்றும். அதே எண்ணம்தான் ரைட் சகோதரர்கள் மனதில் வந்தது.

அந்தச் சமயத்தில் விமானம் செய்வதில் பிரான்ஸ் நாடு மிகுந்த அக்கறைகாட்டி வந்தது. விஞ்ஞானிகளைக் குழுவாக அமைத்து விமானம் ஒன்றைத் தயாரிப்பதில் தீவிரமாக ஈடுபட்டிருந்தனர். இதை அறிந்த ரைட் சகோதரர்கள் பிரான்ஸ் நாட்டுக்குத் தங்கள் விமானத்தைப் பற்றி விளக்கி எழுதினர். ரைட் சகோதரர்களின் குறிப்புகளைப் பார்த்த பிரான்ஸ் அரசு மூன்று பேர் கொண்ட குழு ஒன்றை அவர்களிடம் அனுப்பினர். அந்தக் குழு ரைட் சகோதரர்களிடம் பிரான்ஸ் நாட்டுக்கு வந்து அவர்களின் விமானத்தைப் பரிசோதனை செய்து காட்டும் படி சொன்னார்கள்.

தங்கள் திறமையை நிரூபிக்க வில்பரும், ஆர்விலும் பிரான்ஸ் நாட்டுக்குச் சென்றனர். அங்கு அவர்களுக்கு, பிரான்ஸ் அரசாங்கத்துடன் பேச்சு வார்த்தை நடந்தது. ஆனால், இறுதியில் பிரான்ஸ் அரசு ரைட் சகோதரர்கள் கண்டு படிப்பின் உரிமையை வாங்க மறுத்தனர். இது ரைட் சகோதரர்களுக்கு ஏமாற்றமாக இருந்தது.

மனதில் இன்னும் கொஞ்சம் நம்பிக்கை அவர்களுக்கு இருந்தது. அந்த நம்பிக்கையில் அவர்கள் ஜெர்மனிக்குச்

சென்றார்கள். ஜெர்மன் அரசிடம் தங்கள் கண்டுபிடிப்பைப் பற்றி அவர்களுக்குத் தெளிவாக விளக்கினர். ஆனால், அவர்களும் ரைட் சகோதரர்களிடம் ஒப்பந்தம் செய்ய தயங்கினர்.

வேறு வழியில்லாமல் மீண்டும் அமெரிக்காவுக்குத் திரும்பினர். ஐரோப்பிய பயணம் ரைட் சகோதரர்களுக்கு மிகுந்த ஏமாற்றத்தை அளித்தது. அவர்கள் வாடிய வேளையில் அதிர்ஷட தேவைதையின் பார்வை அவர்கள் மீது பாய்ந்தது.

அமெரிக்க இராணுவம் தங்களுக்கு விமானம் செய்து தர ரைட் சகோதரர்களை அழைத்தனர். அதே சமயத்தில் பிரான்ஸ் நாட்டின் தொழில் அதிபர்களிடம் இருந்து அவர்களுக்கு அழைப்பு வருகிறது. ரைட் சகோதரர்களிடம் இருந்து உரிமை வாங்க ப்ரான்ஸ் நாடு தயாராக இருந்தனர்.

ஆர்வில் அமெரிக்க இராணுவத்திடம் செய்துகொண்ட ஒப்பந்தப்படி இராணுவத்திற்காக விமானப் பணிகளை செய்துகொண்டிருந்தார். வில்பர் பிரான்ஸ் நாட்டிடம் செய்து கொண்ட ஒப்பந்தத்தின் படி அவர்களுக்காக

விமான பணியில் ஈடுப்பட்டு கொண்டிருந்தார். இருவரின் கடின உழைப்பால் அவர்கள் கண்டுபிடித்த விமானத்திற்கு நல்ல வரவேற்பு கிடைத்தது. ரைட் சகோதரர்களின் புகழ் வானளவு உயர ஆரம்பித்தது. மக்கள் அவர்களைத் தலை மேல் வைத்துக் கொண்டாடிப் பாராட்டினர்.

சார்லி டைலர் ஆர்விலுக்கு உதவியாக அவருடன் இருந்தார். ஒருமுறை ஆர்வில் தன் விமானத்தைப் பற்றி செயல்முறைக் காட்ட போர்ட் மியர் என்ற அமெரிக்க இராணுவ இடத்துக்கு வந்தார். ஆர்விலுடன் சார்லி டெய்லரும் வந்தார். அப்போது அமெரிக்க இராணுவத்தைச் சேர்ந்த தாமஸ் செல்பிரிட்ஜ் என்பவர் ஆர்விலுடன் பயணம் செய்ய இருந்தார். தாமஸ் செல்பிரிட்ஜ்க்கும் ஆர்விலுடன் விமானத்தில் பறக்கு வேண்டும் என்று தன் ஆசையைக் கூறியிருந்தார். ஆர்வில் அவரை அழைத்துக் கொண்டு விமானத்தில் செயல்முறை காட்டினார். ஆர்வில், தாமஸ் செல்பிரிட்ஜ் பறக்கும்போது கீழே இருப்பவர்கள் பலர் கை தட்டி ஆராவாரம் செய்தனர்.

அந்த சமயத்தில் துரதிஷ்டவசமாகப் பலமான காற்று அடித்ததால், ஆர்விலால் விமானத்தைச் சமாளிக்க முடியவில்லை. விமானம் நிலை தடுமாறி கீழே விழுந்தது. அவருடன் பயணம் செய்தவர் பரிதாபமாக இறந்தார். ஆர்வில் பலமான காயங்களுடன் உயிர்த் தப்பினார். கூடியிருந்த அமெரிக்க இராணுவமும், சார்லியும் ஆர்விலை மருத்துவமனையில் சேர்த்தார்கள். அந்தச் சமயத்தில் வில்பர் பிரான்ஸ் நாட்டில் அவர்களின் விமானத்தைப் பற்றி விளக்கிக் கொண்டு இருந்தார். ஆர்வில் அந்த விபத்தைப் பற்றி வில்பருக்குக் கடிதம் மூலம் தெரிவித்தார். ஆனால், அவரால் வர முடியாத சூழ்நிலையில் இருந்தார்.

அந்த விபத்தில் ஆர்வில் இடது கால் முறிந்து படுத்த படுக்கையில் கிடந்தார். அப்போது டேடனில் ஆசிரியராக அவரது சகோதரி கத்திரின் ரைட் பணியாற்றி வந்தார்.

ஆர்விலுக்கு விபத்து என்று கேள்விபட்டவுடன் டேடனில் இருந்து வாஷிங்டனுக்கு விரைந்து சென்றார். ஆர்விலை அருகில் இருந்து நன்றாகக் கவனித்துக் கொண்டார். அதன் பிறகு அவர் ஆசிரியர் வேலைக்குப் போகவில்லை. தன் சகோதரனுடன் தங்கிவிட்டார்.

ஒருமுறை ஆர்விலின் நண்பர் மருத்துவமனையில் அவரைப் பார்க்க வரும் போது அவரிடம், "இந்த விபத்திற்குப் பிறகு மீண்டும் விமானம் ஓட்ட வேண்டும் என்றால் உனக்குப் பயம் அதிகமாக இருக்குமே?" என்று கேலியாகக் கேட்டார். அதற்கு ஆர்வில் "விமானம் ஓட்ட நான் என்றும் பயந்ததில்லை. இராணுவத்தின் ஒப்பந்தப்படி என்னால் முடிக்க முடியாமல் போய் விடுமோ என்றுதான் பயப்படுகிறேன்" என்றார்.

ஆர்வில் பயத்தை உணர்ந்த கத்திரின் இராணுவத்துடன் இருந்த ஒப்பந்தத்தை இன்னும் ஒரு வருடம் விரிவுபடுத்த கேட்டுக் கொண்டார். அமெரிக்க இராணுவமும் ஆர்வில் உடல் நலம் கருதி ஒப்பந்தத்தை ஒரு வருடம் விரிவுபடுத்தினர்.

10. சகோதரரின் மறைவு

பிரான்ஸ் சென்ற வில்பருக்கு எந்தவித பிரச்சனையும் இல்லை. தன் பரிசோதனையைச் சிறப்பாகச் செய்து கொண்டிருந்தார். காயமடைந்த ஆர்விலைப் பார்க்க முடியவில்லை என்ற ஒரு வருத்தம் மட்டும்தான் அவருக்கு இருந்தது. ஆர்வில் உடல் ஓரளவு குணமானவுடன் கத்திரினுடன் வில்பரைப் பார்க்க பிரான்ஸ் நாட்டுக்குச் சென்றார். வில்பர் வானத்தில் பறப்பதைக் காண உலகத்தில் இருக்கும் பெரிய பிரபலங்கள் எல்லாம் ரசிக்க வந்தனர். அதில் குறிப்பாக இங்கிலாந்து மன்னர் அந்த நிகழ்ச்சியில் கலந்துகொண்டார். உலகத்தின் பார்வை முழுதும் ரைட் சகோதரர்களின் வளர்ச்சியைக் கண்டு வியந்தது.

ஆகஸ்ட் 8, 1908 அன்று வில்பர் முதல்முறையாகப் பிரான்ஸில் இருக்கும் வி—மென்ஸ் என்ற இடத்தில் விமானத்தில் பறக்கத் தயாராக இருந்தார். பொது மக்கள் பலர் கூடியிருந்து பார்க்க ஆவலாக இருந்தார்கள். முதல் முறை வானத்தில் பறக்கும்போது அவரால் ஒரு நிமிடம் நாற்பத்தி ஐந்து நொடிகள் மட்டுமே பறக்க முடிந்தது. இருந்தாலும், வானத்தில் வட்டமிடுவதும், திரும்புவதும் பார்ப்பவர்களைப் பரவசத்தில் ஆழ்த்தியது. இதுவரை இவர்கள் செய்த சாதனை எல்லாம் விழுங்கி விடும் அளவிற்கு வில்பர் திறமையாகப் பறந்தார். பல பத்திரிகைகள் வில்பரை புகழ்ந்து எழுதினர். அதுவரை, ரைட் சகோதரர்களை மதிக்காமல் இருந்த உள்ளூர் பத்திரிகைகளும் அவர்களைப் பாராட்டியது. அவர்களின் பேட்டியைத் தங்கள் பத்திரிகையில் போடுவதற்காக காத்துக் கொண்டு இருந்தார்கள்.

எடித் பர்க் என்ற பெண் வில்பருடன் விமானத்தில் பறக்க

ஆசைப்பட்டார். வில்பர் அவரை அழைத்துக் கொண்டு வானத்தில் பறந்து காட்டினார். எடித் பர்க் விமானத்தில் பறந்த முதல் அமெரிக்க பெண் பயணி என்பதில் மிகவும் மகிழ்ச்சி அடைந்தார்.

1909 ஆம் ஆண்டு, ரைட் சகோதரர்கள் இருவரும் 'ரைட் கம்பெனி' என்ற பெயரில் விமான நிறுவனத்தை தொடங்கினர். தங்கள் நிறுவனத்தின் மூலம் அமெரிக்க இராணுவத்திற்கு விமானம் செய்து கொடுத்தனர். தங்கள் முதல் விமானத்தைச் செய்ய உதவியாக இருந்த சார்லி டைலருக்கு அவர்கள் நிறுவனத்தில் விமானத்தைத் தயாரிக்க முக்கியப் பொறுப்பும் கொடுத்தனர். அது மட்டுமில்லாமல், சார்லி டெய்லருக்கு வாரம் எழுபது டாலர் சம்பளமாக ரைட் சகோதரர்கள் கொடுத்தார்கள். அக்காலத்தில் எழுபது டாலர் சம்பளம் என்பது மிக பெரிய தொகை. அதுவும் சார்லிக்கு வாரம் சம்பளம்! தங்கள் நிறுவனத்தில் சார்லி இருக்க வேண்டும் என்பதற்காக ரைட் சகோதரர்கள் அவருக்கு எவ்வளவு சம்பளம் வேண்டுமானாலும் கொடுக்க தயாராக இருந்தனர்.

விமானத்தைக் கண்டுபிடித்த புதிதில் ரைட் சகோதரர்கள் மிகவும் பிரபலமானர்கள். சமூதாயத்தில் ரைட் சகோதரர்களுக்கு நல்ல பெயர் கிடைத்தது. அந்த நகரத்தில் நடக்கும் நிகழ்ச்சிகளில் கலந்துகொள்ள ரைட் சகோதரர்களை அழைப்பார்கள். பணம், வசதி, புகழ் வந்தாலும் இருவரும் மேடையிலும், பொதுக் கூட்டத்திலும் பேச கொஞ்சம் கூச்ச சுபாவம் உடையவர்கள். ஒருமுறை ரைட் சகோதரர்களை ஒரு விருந்தில் கலந்து கொள்வதற்காக அழைத்தனர். ரைட் சகோதரர்களும் அந்த விருந்தில் கலந்துகொண்டனர். அப்போது, நிகழ்ச்சியைத் தொகுத்து வழங்குபவர்கள் மேடையில் பேச வில்பரை அழைத்தார். வில்பருக்கு தர்மசங்கடமாக இருந்தது. எப்படி மறுப்பது என்று அவருக்குத் தெரியவில்லை. மேடையில் அறிவித்த

பிறகு செல்லாமல் இருந்தால் நன்றாக இருக்காது என்பதால் தன் இருக்கையிலிருந்து எழுந்து மேடைக்குச் சென்றார். "எப்போதும் என் தம்பி ஆர்வில்தான் பேசுவது வழக்கம்" என்று கூறிவிட்டு இறங்கி விட்டார்.

அடுத்துப் பேசுவதற்கு ஆர்வில்லை அழைத்த போது, "என்னுடைய சகோதரன் எனக்கு முன்பே பேசி விட்டார். நான் பேசி உங்கள் நேரத்தை வீணாக்க விரும்பவில்லை...?" என்று கூறிவிட்டு அவரும் மேடையிலிருந்து இறங்கினார்.

வில்பரும், ஆர்விலும் விமானத்தைக் கண்டுபிடிக்கப் பாடுபட்டிருந்தாலும் இருவரும் சேர்ந்து ஒருமுறைக்கூட பறந்ததில்லை. பல பேர்களைப் பயணிகளாக அழைத்து சென்று இருந்தாலும், இருவரும் சேர்ந்து பறக்கக்கூடாது என்பதில் உறுதியாக இருந்தனர். காரணம், மில்டன் ரைட்க்கு இருவரும் சேர்ந்து விமானத்தில் பறக்க மாட்டோம் என்று சத்தியம் செய்து கொடுத்துள்ளார்கள். மில்டன் ரைட் ஒரே சமயத்தில் இரண்டு மகன்களை இழக்கக் கூடாது என்று உறுதி மொழி வாங்கிய பிறகே அவர்கள் விமான பரிசோதனை செய்ய சம்மதம் கொடுத்தார். ஒருமுறையாவது இருவரும் சேர்ந்து பறக்க வேண்டும் என்ற ஆசை இருவர் மனதிலும் இருந்தது. ஆனால், மே 25, 1910 ஆம் ஆண்டு ஹப்மென் ப்னரரி இடத்தில் அனுமதிப் பெற்று முதல்முறையாக இருவரும் சேர்ந்து விமானத்தில் பறந்தனர். அவர்கள் பறந்தது முதல் முறை மட்டுமல்ல, அந்த ஒருமுறைதான் இருவரும் சேர்ந்து பறந்தார்கள். அதன்பின், அவர்கள் சேர்ந்து பறக்க நேரம் அமையவில்லை.

அவர்கள் பறந்த பிறகு, ஆர்வில் தன் தந்தை மில்டனை விமானத்தில் பறக்க அழைத்தார். மில்டனுக்கு ஆழம் என்றால் பயம். அதனால், மில்டன் கொஞ்சம் விமானத்தில் பறக்கப் பயந்தார். ஆனால், ஆர்வில் மில்டனைச் சம்மதிக்க வைத்து தன் விமானத்தில் பறக்க அழைத்துச் சென்றார். ஆகாயத்தில் இருந்து பூமியில் உள்ள எல்லா இடங்கள்

சிறு எறும்பு போல் இருப்பதைப் பார்த்து ரசித்தார். அவருக்குக் கொஞ்சம் கொஞ்சமாகப் பயம் போனது. தன் மகன் ஆர்விலிடம் இன்னும் மேலே போகச் சொன்னார். மில்டன் ரைட் தன் வாழ் நாளில் விமானத்தில் பறந்தது முதல் முறை. ஒரே முறை. அதன் பின் அவர் விமானத்தில் செல்ல ஆசைப்படவில்லை. மில்டன் தன் மகன்களுடன் பறக்க ரைட் சகோதரர்களுக்கு நேரம் கிடைக்கவில்லை.

மார்ச் 19, 1910 அன்று ஆர்வில் 'ரைட் ப்ளையிங் ஸ்கூல்' என்று பயற்சி பள்ளியைத் தொடங்கினார். அதில் விமானம் ஓட்ட விரும்புபவர்களுக்கு விமானம் பயிற்சி அளித்துக் கொண்டிருந்தார். ஆர்விலின் பயிற்சி பள்ளி மூலம் பல விமானிகள் உருவாகி வந்தனர். சிறிது நாட்களில் பயிற்சி அளிக்க அந்த இடம் போதவில்லை என்பதால் அவர் விருப்ப இடமான ஹப்மென் ப்னரரியில் பயிற்சியை நடத்தினார். பயிற்சி பள்ளி மூலம் ரைட் சகோதரர்களுக்கு இன்னும் வருமானம் வரத் தொடங்கியது.

விமானத்தின் விற்பனையை உயர்த்த ரைட் சகோதரர்கள்

ONLY NEWSPAPER IN DAYTON RECEIVING DOUBLE WIRE ASSOCIATED PRESS SERVICE.

LAST CITY EDITION

DAYTON DAILY NEWS

16 PAGES

WILBUR WRIGHT DIES EARLY THURSDAY AFTER A FUTILE FIGHT AGAINST RAVAGES OF TYPHOID

End Comes to Noted Patient Shortly After 3 a. m.—Failed to Regain Consciousness Before the Final Summons—Funeral of the Noted Inventor May Be Held Saturday, Although Definite Arrangements Have Not Been Made for the Burial Ceremonies.

HIS LAST FLIGHT

WILBUR WRIGHT

"A TRIBUTE"

ஒரு குழுவை உருவாக்கினர். 'ரைட் ப்ளையிங் ஸ்கூல்' பயிற்சி பள்ளி மூலம் பயின்ற பைலட்களை அந்தக் குழுவில் இடம் பெற்று இருந்தார்கள். அவர்களை வைத்துத் தங்கள் விமானத்தைப் பறக்க செய்து மக்கள் முன் கண்காட்சி நடத்த திட்டமிட்டனர். அவர்கள் திட்டம் போல் ஜூன் 13, 1910 அன்று 'இண்டியானா போலிஸ் மோட்டர் ஸ்பிடிவே' என்ற இடத்தில் தங்கள் விமான கண்காட்சியை நடத்தினர். சிறப்பாக நடந்து கொண்டிருந்த கண்காட்சியில் ஒரு துயர சம்பவம் நடந்தது. அதுவரை நன்றாக பறந்த விமானம் செயல் இழந்து விபத்து ஏற்படுகிறது. அந்த விமானத்தில் இருந்த ரைட் சகோதரர்களின் மாணவன் ஒருவனுக்குப் பலத்த காயம் ஏற்படுகிறது. மருத்துவமனையில் கொண்டு சென்றும் அவன் சிகிச்சை பலனின்றி இறக்கிறான். அதன் பிறகு ஒரு மாதம் கழித்து மீண்டும் ஒரு கண்காட்சி நடத்தினர். ஆனால், அதே போல் இன்னொரு விபத்து ஏற்படுகிறது. அந்த விபத்திலும் ஒருவன் இறக்கிறான். தொடர் விபத்தால் அவர்கள் தங்கள் விமானத்தை விற்பதற்குக் கடினமாக இருந்தது. அது மட்டுமில்லாமல் தொடர்ந்து இதுபோன்ற

கண்காட்சி நடத்தி அசம்பாவிதம் நடந்தால் தங்கள் விமானத்தின் மேல் இருக்கும் நல்ல எண்ணம் குறைந்து விடுமோ என்று அஞ்சினர். அதனால், இனி எந்த விமான கண்காட்சி நடத்தக் கூடாது என்று முடிவெடுத்தனர். 1910 ஆம் ஆண்டு, அவர்கள் அமைத்த கண்காட்சி குழுவைக் கலைத்தனர். கிடைத்த லாபமே போதும் என்று இருந்தனர்.

ரைட் சகோதரர்கள் இருவரும் இறுதிவரைக்கும் திருமணமே செய்துகொள்ளவில்லை. குடும்பம், மனைவி, பிள்ளைகள் என்று இருந்தால் தங்களால் ஆராய்ச்சியில் கவனம் செலுத்த முடியாது என்பதால் திருமணத்தைப் பற்றி அவர்கள் யோசிக்கவில்லை. ஒருமுறை வில்பரிடம் திருமண செய்யாமல் இருந்த காரணத்தைப் பற்றிக் கேட்டபோது, அவர் “ஒரே சமயத்தில் மனைவியுடனும், விமானத்திலும் பயணம் செய்வது கடினம்” என்றார். கத்திரின் திருமண வாழ்க்கை மறுத்தக் காரணம், ரைட் சகோதரர்களும் திருமணம் வேண்டாம் என்ற முடிவுக்கு வந்ததுதான்.

பல வருடங்கள் கஷ்டப்பட்டு பாடுப்பட்டற்குத் தகுந்த பலன் அவர்களுக்குக் கிடைத்தது. பத்து வருடங்கள் முன்பு தெருவோரம் பட்டம் விட்டவர்கள் இன்று இவ்வளவு பெரிய வளர்ச்சி அடைந்திருப்பதைப் பார்த்துப் பலரும் வியந்தார். அமைதியாய் முன்னேறிக் கொண்டு இருக்கும் வேலையில் ஒருவர் குறுக்கே நுழைந்தார். ஆண்டுகள் பல செலவு செய்து ரைட் சகோதரர்கள் கண்டுபிடித்த கண்டு பிடிப்பை ஒருவர் ஒரே நாளில் திருட நினைத்தார். அவர் பெயர் கிலின் கர்டிஸ். இவர் நியூ யார்க் நகரத்தைச் சேர்ந்தவர்.

கிலின் கர்டிஸ் ரைட் சகோதரர்களின் விமானம் போல் வடிமைத்து நீயூ யார்க் விமான அமைப்பிடம் விற்றார். ரைட் சகோதரர்களின் வடிவமைப்பைப் பயன்படுத்தியதற்கு கர்டிஸ் காப்புரிமை வாங்கவில்லை. ரைட் சகோதரர்கள் ஐரோப்பிய நாடுகளுக்குக் காப்புரிமை வழங்கியிருந்தார்கள்.

அதற்கு ஐரோப்பிய நாடும் பணம் கொடுத்திருந்தது. ஆனால், கர்டிஸ் காப்புரிமை பணம் தர மறுத்தார். அது மட்டுமில்லாமல், ரைட் சகோதரர்களுக்குப் போட்டியாக அவரும் விமான தயாரிப்பில் இறங்கினார். கர்டிஸ்வுடன் ரைட் சகோதரர்கள் பேச்சு வார்த்தை நடத்திப் பார்த்தனர். ஆனால், எந்தப் பலனுமில்லை. தங்கள் கண்டு பிடிப்புக்குத் தகுந்த பலன் கிடைக்கும் வேலையில் இப்படி ஒரு பிரச்சனையை அவர்கள் சற்றும் எதிர்பார்க்கவில்லை.

கர்டிஸ்வுடன் பேச்சு வார்த்தை தோல்வியடைந்த பிறகு ரைட் சகோதரர்கள் சட்டரீதியாக கர்டிஸ்வுடன் மோத வேண்டிய சூழ்நிலையில் தள்ளப்பட்டனர். இதனால், 1910 ஆம் ஆண்டு, கிலின் கர்டிஸ் எதிராகக் காப்புரிமை இல்லாமல் தங்கள் தொழில்நுட்பத்தைப் பயன்படுத்துவதாக ரைட் சகோதரர்கள் வழக்குத் தொடர்ந்தனர்.

அவர்கள் போட்ட காப்புரிமை வழக்கு இரண்டு வருடங்கள் மேல் தொடர்ந்தது. வில்பர் மனதளவில் தளர்ந்து போனார். தங்கள் கண்டுபிடிப்பை அடுத்தவர் பயன்படுத்துவதை அவர் விரும்பவில்லை. இந்த வழக்குகாக அவர் பலமுறை பயணம் செய்தார். அவருக்கு மன அழுத்தமும் அதிகமானது. எப்போதும் காப்புரிமை வழக்குப் பற்றிய சிந்தனையில் ஆழ்ந்து கொண்டிருந்தார். இதனால், தன் உடல் நலத்தில் அக்கறை காட்டாமல் வழக்கில் தீவிரமாக ஈடுப்பட்டுயிருந்தார். கத்திரின், ஆர்வில் பல முறை வில்பரை ஓய்வெடுக்கச் சொல்லியும் அவர் கேட்கவில்லை. இறுதியில் 1912 ஆம் ஆண்டு, டைப்பாயிட் காய்ச்சலில் விலபர் இறந்தார்.

வில்பரின் மரணம் ஆர்வில்லை மிகவும் பாதித்தது. ஒவ்வொ'ரு முறை விமானம் பரிசோதனை செய்யும் போதும் பக்க பலமாக இருந்து ஊக்கவித்தவர் வில்பர். இப்போது அவர் தன்னுடன் இல்லாமல் போனது ஆர்விலுக்கு மிகுந்த வேதனையை அளித்தது. ஆர்விலும், கத்திரினும் வில்பர்

மரணத்திற்கு கிலின் கர்டிஸூம் ஒரு காரணம் என்று கருதினர். ஒருவேளை இந்தக் காப்புரிமை வழக்கு இல்லை என்றால் வில்பர் எவ்வித மன அழுத்தமும் இல்லாமல் இன்னும் கொஞ்சம் நாள் வாழ்ந்திருப்பார். இடையில் சமரச பேச்சுக்கு அழைத்தும் ஆர்வில் அதை ஏற்றுக் கொள்ளவில்லை.

வில்பர் மரணத்திற்குப் பிறகு ஆர்வில் காப்புரிமை வழக்கை விட்டுக்கொடுக்காமல் தொடர்ந்து நடத்தினார். காப்புரிமை வழக்கு இன்னும் ஓராண்டு மேல் நடந்தது. 1913 ஆம் ஆண்டு, நீதி மன்றம் காப்புரிமை வழக்கில் ரைட் சகோதரர்களுக்குச் சாதகமாக தீர்ப்பு அளித்தனர். எப்படியோ ஒரு வழியாகக் காப்புரிமை வழக்கு முடிவுக்கு வந்ததில் ஆர்விலுக்கு சந்தோஷம். ஆனால், இதைப் பார்க்க வில்பர் தான் உயிருடன் இல்லை என்று தன் மனதில் அவர் வருந்திக் கொண்டார்.

காப்புரிமை வழக்கால் ரைட் சகோதரர்களுக்கு மக்களிடையே இருந்த 'ஹீரோ' இமேஜ் விமர்சனத்திற்கு உள்ளானது. ஒரு சிலர் ரைட் சகோதரர்களைப் பேராசை பிடித்தவர்கள், பொறாமைக்காரரர்கள் என்ற எல்லாம் பேசினர். ரைட் சகோதரர்களின் ஆதரவாளர்கள் அவர்கள் செய்ததை நியாயம் என்று வாதாடினர். ரைட் சகோதரர்கள் தங்கள் உரிமையை யாருக்கும் விட்டுக்கொடுக்காமல் இருந்தது தவறு ஒன்றுமில்லை என்று கூறினர். காப்புரிமை வழக்கால் ரைட் சகோதரர்களைப் பலர் கடுமையாக விமர்சித்தனர். இதனால், அக்டோவ் சனூட்டேவுடன் அவர்களுக்கு இருந்த நட்பும் முறிந்தது.

11. ரைட் கம்பெனி

வில்பர் மரணத்திற்கு பிறகு ஆர்வில் ரைட் கம்பெனியை நன்றாகப் பார்த்துக் கொண்டார். ஆனால், காப்புரிமை வழக்கு, மக்கள் விமர்சனம் என்று ஏதாவது ஒரு பிரச்சனையைக் கவனிக்க வேண்டியதாக இருந்தது. இவர்களைச் சமாளிக்க ஆர்விலால் முடியவில்லை. உண்மையைச் சொல்ல வேண்டும் என்றால் வில்பருக்கு இருக்கும் நிர்வாக திறமை அளவிற்கு ஆர்விலிடம் இல்லை. அதனால், 1915 ஆம் ஆண்டு தன் கையில் இருக்கும் ரைட் கபேனியின் பங்குகளை கிலின் லுதர் மார்டின் என்பவருக்கு விற்றார். ரைட் கம்பெனியை வாங்கிய மார்டின் தனது புது நிறுவனத்தின் பெயரில் இருந்து ரைட் பெயரை எடுக்க விரும்பவில்லை. அதனால், தன் நிறுவனத்திற்கு 'ரைட் — மார்டின் கம்பெனி' என்று மாற்றினார். ஆனால், அவராலும் அந்த நிறுவனத்தை நீண்ட நாள் கவனித்துக் கொள்ள முடியவில்லை.

1916ஆம் ஆண்டு, அவரும் 'ரைட்— மார்டின்' நிறுவனத்தை விற்று ஓய்வுப் பெற்றார். அதன்பின் அந்த நிறுவனம் 'ரைட் எரோனாட்டிகல்' என்று பெயர் மாற்றம் செய்யப்பட்டது. எட்டு வருடம் கழித்து அந்த நிறுவனம் இன்னொரு நிறுவனமுடன் இணைத்துக் கொண்டது. அந்த நிறுவனம் வேறு யாருடையதும் அல்ல.... கிலின் கர்டிஸ் உடையது. ரைட் சகோதரர்கள் யாரை எதிர்த்து காப்புரிமை வழக்கு போட்டார்களோ அதே கர்டிஸ் தான் 'ரைட் எரோனாட்டிகல்' நிறுவனத்தை தன் நிறுவனத்துடன் இணைத்துக் கொண்டார்.

'கர்டிஸ் எரோபிலேன்' நிறுவனத்துடன் 'ரைட் எரோனாட்டிகல்' இணைந்த பிறகு மீண்டும் அந்த

WRIGHT
Aeronautical Corporation
New Brunswick N.J.

நிறுவனத்தின் பெயர் மாற்றினர். ஆனால், அப்போது கூட அந்த நிறுவனத்தின் பெயரில் இருந்து ரைட் பெயரை எடுக்க வில்லை. அந்தப் புது நிறுவனத்தின் பெயர் 'கர்டிஸ் — ரைட் காப்பிரேஷன்'. ரைட் கம்பெனியைப் பல பேர் வாங்கினாலும் அந்த நிறுவனத்தின் பெயரில் இருந்து 'ரைட்' என்ற பெயர் எடுக்க யாருக்கும் மன வரவில்லை. விமானத்தைக் கண்டுபிடித்த ரைட் சகோதரர்கள் மீது அவ்வளவு மரியாதை வைத்திருந்தனர்.

'ரைட் கம்பெனியை விற்ற கையோடு ஆர்வில் கைத்திரின், மில்டனை அழைத்துக் கொண்டு ஒஹியோவில் இருக்கும் ஒக்வுட் நகரத்துக்கு வந்தார். பங்குகளை விற்றப் பணத்தில் தன் குடும்பதிற்குத் தேவையான வசதிகளைச் செய்து கொடுத்தார்.

ஆர்வில் நடத்தி வந்த ரைட் ப்ளையிங் ஸ்கூலை நிறுத்தி விட்டு ஓய்வெடுக்கலாம் என்று முடிவுக்கு வந்தார். ஆனால், வில்பர் மரணத்தினால் காயம் மறைவதற்குள் இன்னொரு பேரிடி ஆர்விலுக்கு விழுந்தது. உறங்கி கொண்டிருக்கும் போது முதுமையின் காரணமாக அவரது தந்தை மில்டன் ரைட் இறந்தார். தன்னுடைய ஒவ்வொரு கண்டுபிடிப்பிலும் பக்கபலமாக இருந்தவர் மில்டன் ரைட். அவரும் தன்னைவிட்டு பிரிந்ததில் ஆர்விலை இன்னும் வேதனையில் ஆழ்த்தியது.

தன் தந்தை, சகோதரர் மறைவுக்குப் பிறகு ஆர்விலுக்கு ஒரே ஆதரவு அவரது சகோதரி கத்திரின் ரைட்தான்.

DAYTON JOURNAL

ORVILLE WRIGHT DIES IN SLEEP

Republicans Hail Leaders' Pledges For Nov. Victory

Famed Dayton Inventor Victim Of Heart Illness; Relatives At Bed-side

தனக்கென்று குடும்பம் வேண்டும் என்று அவர் நினைத்ததில்லை. கத்திரின் ஆறுதலாக இருப்பதால் அப்படி ஒரு எண்ணம் அவருக்குத் தோன்றவுமில்லை. கத்திரின் ரைட்டும் அப்படித்தான் இருந்து வந்தார்.

1918 ஆம் ஆண்டு, ஆர்வில் பைலட்டாக விமானத்தை ஓட்டினார். அதன் பிறகு அவர் விமானம் ஓட்டுவதில் ஆர்வம் காட்டவில்லை. ரைட் கம்பெனியின் பங்குகளை விற்ற பணம் போதுமான அளவில் இருந்ததால், மீண்டும் தொழில் தொடங்க விரும்பவில்லை. ஆனால், விண்வெளிக்கும், வானூர்திக்கும் ஆலோசகராக இருந்து வந்தார். தனக்குத் தெரிந்ததை எல்லாம் அவர் மற்ற பைலட்களுக்குச் சொல்லி கொடுத்தார். அந்தச் சமயத்தில் முதல் உலகப் போர் முடியும் தறுவாயில் இருந்தது. இந்தப் போரில் குண்டு வீச விமானத்தைப் பிரதானமாகப் பயன்படுத்தினர்.

உலகப்போர் முடிந்த பிறகு தன் வாழ்க்கை போர்க்களமாக மாறும் என்று அவர் சற்றும் எதிர்ப்பார்க்கவில்லை. அவரின் அன்பு சகோதரி கத்திரின் ரைட் அவரை விட்டு

விலகுவது போல் ஆர்வில் உணர்ந்தார். அவர் நினைத்தது உண்மைதான்.

கத்திரின் படித்த ஒபர்லின் கல்லூரியில் படித்து முடித்த பழைய மாணவர்கள், மாணவியர்கள் சேர்ந்து அந்தக் கல்லூரியில் ஒரு அமைப்பு வைத்திருந்தனர். அதில் கத்திரின் ரைட் தலைவியாகத் தேர்வு செய்யப்பட்டார். அதன்பின், ஒபர்லின் கல்லூரியின் ட்ரஸ்ட் அமைப்பிலும் உறுப்பினர் ஆனார். அந்தச் சமயத்தில் தன்னுடன் கல்லூரியில் படித்த ஹென்றி என்பவரைப் பார்த்தார். பல நாட்களுக்குப் பிறகு அவர்களது கல்லூரி நட்பு காதலாக மாறியது.

நாளடைவில், இருவருக்கும் நெருக்கம் அதிகமானது. தன் சகோதரர்களுக்காகத் திருமணமே வேண்டாம் என்று வாழ்ந்து வந்த கத்திரின் தனகென்று ஒரு வாழ்க்கை துணை பற்றி யோசித்தார். ஹென்றியைத் திருமணம் செய்துகொள்ள முடிவு எடுத்தார். ஆனால், கத்திரின் திருமண ஆசைக்கு ஆர்வில் சம்மதிக்கவில்லை. இறுதியில், கத்திரினும், ஆர்வில்லும் பிரிந்தனர். 1926 ஆம் ஆண்டு, கத்திரின் ஹென்றியை திருமணம் செய்துகொண்டார். அப்போது, கத்திரினுக்கு வயது ஐம்பத்தி இரண்டு!

கத்திரின் தன்னைத் தனியாக விட்டுச் சென்றதில் ஆர்வில் அவர் மீது கோபத்தில் இருந்தார். கத்திரின் திருமணத்திற்குக் கூட அவர் கலந்துகொள்ளவில்லை. பல முறை ஆர்வில்லை பார்க்க கத்திரின் விருப்பம் தெரிவித்தும் ஆர்வில் அவரைப் பார்க்க மறுத்து வந்தார்.

கத்திரின் பிரிந்து ஆர்வில் சந்தோஷமாக இல்லை. ஆர்வில் மனம் புண்படுத்திவிட்டு கத்திரின் அமைதியாக வாழ முடியவில்லை. கத்திரின் திருமணம் முடிந்து இரண்டு வருடங்களில் அவர் நிமோனியாவால் (Pne—monia) தாக்கப்பட்டார். 1929 ஆம் ஆண்டு, தனது ஐம்பத்தி நான்காவது வயதில் அவர் இறந்தார். கத்திரின் இறுதி

சடங்கை அவளின் இன்னொரு சகோதரன் லோரின் கவனித்துக் கொண்டார்.

தன்னைச் சுற்றி இருப்பவர்களின் மரணம் ஆர்வில்லை மிகவும் பாதித்தது. இந்த உலகத்தில்தான் தனியாக வாழ்வது போல் உணர்ந்தார். தன் தனிமையைப் போக்க சில விமான அமைப்புகளுக்கு முக்கியப் பொறுப்புகள் வகித்தார். மற்றவர்களுக்கு விமானம் சொல்லித் தந்து பல விமானிகளை உருவாக்கி வந்தார். அந்தச் சமயத்தில் இரண்டாம் உலகப் போர் தீவிரமாக நடந்துக் கொண்டு இருந்தது.

ஹிட்லரின் ஜெர்மனி, அமெரிக்கா, ரஷ்யா, ஜப்பான், இங்கிலாந்து என்று பல நாடுகள் ஒருவர் மீது ஒருவர் குண்டுகள் வீசி கொண்டார்கள். அதே போரில் ஒவ்வொரு நாட்டுக்கும் பெரும் பலமே விமானப்படைதான். போரில் ஒவ்வொரு நாட்டின் வெற்றியையும் விமானப்படை வெற்றியை வைத்து தீர்மானித்தனர். பல நாடுகள் விமானப்படையை விரிவுபடுத்த எத்தனையோ கோடிகள் செலவு செய்ய தயாராக இருந்தார்கள். தன் கண்டுபிடிப்பு உலகத்தை அழிப்பதற்குப் பயன்படுத்துவதை நினைத்து வருந்தினார்.

தன் கண்டுபிடிப்பு விமானத்தின் பரினாம வளர்ச்சியைக் கண்டு ஆர்வில் மிகவும் வியந்தார். தனிமையில் அவரால் நீண்ட நாட்கள் வாழ முடியவில்லை. 1948 ஆம் ஆண்டு, அவருக்கு வந்த இரண்டாவது மாரடைப்பால் அவர் இறந்தார்.

ஆர்வில் சடலத்தை ஒஹியோவில் உள்ள அவர் சகோதரர் வில்பர் கல்லறைக்கு அருகில் புதைத்தனர். ரைட் சகோதரர்கள் இல்லை என்றால் நாம் உலகத்தை ஒரு நாட்டில் இருந்து இன்னொரு நாட்டுக்குச் செல்ல பல நாட்கள் தேவைப்பட்டிருக்கும். அவர்களால்தான் இன்று எல்லோருக்கும் உலகம் சிறியதாகத் தோன்றுகிறது. இறந்த

சகோதரர்களைக் கௌரவிக்கும் வகையில் விமானம் சம்மந்தமாகப் புது வடிவத்தை வரைவது, வடிவத்தை செய்வது போன்ற முயற்சிகளில் ஈடுபடுபவர்களுக்கு 'ரைட் பிரதர்ஸ் மெடல்' என்று வழங்குகிறார்கள். இன்று, விமான ஆராய்ச்சி செய்பவர்கள் அந்த மெடலை வாங்க வேண்டும் என்ற லட்சியம் கண்டிப்பாக இருக்கும்.

படைப்புக்குத் தேவையான ஒரு சதவீத ஆக்க உணர்வும், தொண்ணூற்றி ஒன்பது சதவீதம் விடா முயற்சிதான் ரைட் சகோதரர்களின் வெற்றிக்குக் காரணம்.

ஒருமுறை மைக்ரோசாப்ட் நிறுவனத்தின் உரிமையாளர் பில் கேட்ஸ் ரைட் சகோதரர்களைப் பற்றி குறிப்பிடும் போது, "அவர்கள் இல்லையென்றால் என்னால் நினைத்த இடத்திற்குப் போக பல நாட்கள் தேவைப்பட்டிருக்கும். என் தொழில் வளர இன்னும் பல வருடங்கள் நான் காத்திருக்க வேண்டியதாக இருந்திருக்கும்" என்றார்.

விமானம் கண்டுபிடித்து ஒரு நூற்றாண்டுகள் மேல் ஆகிவிட்டது. இத்தனை ஆண்டில் விமானத்தால் வணிகம், சுற்றுலா, அவசரப் பயணம் என்று பலர் பயன்பெற்றுக் கொண்டிருக்கிறார்கள். ஆனால் ஆக்கும் அறிவை அழிவுக்கும் பயன் படுத்தும் மனிதர்கள் எந்த யுகத்திலும் இருப்பார்கள்.

இரண்டாம் உலகப் போர், விமான கடத்தல், அமெரிக்க வர்த்தக மையத்தை இடித்தல் போன்ற நிகழ்ச்சிகள் நம்மைச் சுற்றி நடந்துக் கொண்டுதான் இருக்கிறது. இதில் விமானத்தைக் கண்டுபிடித்த ரைட் சகோதரர்களைப் பற்றி குறைகூறி எந்தப் பயனுமில்லை. விமானம் கண்டுபிடித்து ரைட் சகோதரர்கள் சரித்திரம் படைத்தார்கள். ஆனால், அதே விமானத்தை வைத்து சரித்திரத்தின் நினைவுகளை அழிக்கும் முயற்சிகள் நடந்துகொண்டுதான் இருக்கின்றன.

ஒலியைவிடவும் விரைந்து செல்லும் விமானங்கள் தற்போது புழக்கத்தில் வந்துள்ளன. மிக விரைந்து செல்லும்

விமானங்களில் வசதியோடு பயணம் செய்வோருக்கு, இக்கண்டுபிடிப்பிற்குப் பின்னால் அடித்தளம் அமைத்த ரைட் சகோதரர்களின் உழைப்பை யாராலும் மறக்க முடியாது. இன்னும் எத்தனை வருடங்கள் ஆனாலும் விமானம் இருக்கும்வரை ரைட் சகோதரர்கள் புகழ் வாழ்ந்து கொண்டிருக்கும். விமான வளர்ச்சிக்கு ரைட் சகோதரர்களின் கண்டுபிடிப்பு என்றும் விதையாக இருக்கும்.

நூல் ஆசிரியர் குகனின் பிற நூல்கள்

பொது

C.B.I : ஊழலுக்கு எதிரான முதல் அமைப்பு – ரூ. 130.00

RAW : இந்திய உளவுத்துறை எவ்வாறு இயங்குகிறது? – ரூ. 160.00

இந்திய அரண்கள் – ரூ. 110.00

வாழ்க்கை வரலாறு

ஜெ.ஜெ : தமிழகத்தின் இரும்புப் பெண்மணி – ரூ. 90.00

கலீலியோ கலீலி – ரூ. 80.00

ஹர்ஷத் மேத்தா என்னும் பணச் சாத்தான் – ரூ. 133.00

ஹிட்லர் – ஒரு நல்ல தலைவர் – ரூ. 70.00

உளவு ராணிகள் – ரூ. 110.00

அரசியல்

இருவர் : எம்.ஜி.ஆர் Vs கருணாநிதி உருவான கதை – ரூ. 160.00

கார்பரேட் சாமியார்கள் – ரூ. 130.00

இனப்படுகொலைகள் – ரூ. 150.00

மர்ம நாவல்

ஓர் உளவாளியின் கதை – ரூ. 110.00

கடவுள் என்னும் கொலைகாரன் – ரூ. 100.00

கற்பழித்தவனின் வாக்குமூலம் – ரூ. 120.00

நந்தகுமார் தற்கொலை – ரூ. 100.00

சிறுகதை

என்னை எழுதிய தேவதைக்கு – ரூ. 55.00